नियती

माधवी देसाई

AA000913

मेहता पब्लिशिंग हाऊस

Please contact us at **Mehta Publishing House,** Pune.
Email : production@mehtapublishinghouse.com
Website : www.mehtapublishinghouse.com

NIYATI by MADHAVI DESAI

नियती : माधवी देसाई / कादंबरी

© सुरक्षित

Email : author@mehtapublishinghouse.com
मराठी पुस्तक प्रकाशनाचे हक्क, मेहता पब्लिशिंग हाऊस, पुणे.
प्रकाशक : सुनील अनिल मेहता, मेहता पब्लिशिंग हाऊस,
१९४१, सदाशिव पेठ, माडीवाले कॉलनी, पुणे - ४११०३०.

मुखपृष्ठ : चंद्रमोहन कुलकर्णी
प्रकाशनकाल : सप्टेंबर, १९८६ / जानेवारी, १९९९ / पुनर्मुद्रण : मे, २०१५

P Book ISBN 9788171618316
E Book ISBN 9788184987300
E Books available on : play.google.com/store/books
https://www.amazon.in/b?node=15513892031

स्वामीकार पद्मश्री श्रीमान
रणजित देसाई यांना
श्रद्धापूर्वक

माधवी देसाई

अंतरंग

माणसाचं अंतरंग हा एक नितळ आरसाच असतो. स्वच्छ, पारदर्शी, नितळ! पण माणूस या आरशात कधी बघायलाच तयार नसतो. कारण 'तेवढाच' वेळ नेमका त्याच्याजवळ नसतो. कदाचित अंतर्मुख होऊन तो अंतरंगात डोकावेल, तर त्याचं स्वत:चं स्वच्छ रूप तो पाहू शकेल. या रूपावर कोणताही कृत्रिम लेप नसेल. स्वत:चं मन, भाव, भावना, सत्य, असत्य सारं त्याला स्पष्ट जाणवेल आणि अनेक 'तुटणारे' संसार सावरले जातील. दोष गुणांसारखे वाटू लागतील. गुण-दोषांची वीण सांधून संसाराचा पट रंगीन बनवता येईल. अंतरंगातलं दु:ख स्वत:च दूर करता येईल; पण हे तेव्हाच घडेल, जेव्हा माणूस स्वत:चं अंतरंग, स्वच्छ मनानं पाहू शकेल.

'प्रेम!' केवळ दोन अक्षरं; पण अर्थपूर्ण! खरं प्रेम, निर्लेप प्रेम, निरपेक्ष प्रेम! कसं असतं? तर क्षमाशील धरतीसारखं, विशाल आकाशासारखं प्रेम! शरीरानं कदाचित दुबळं असेल, पण मनानं अभंगच असेल.

हा संसार एक अजब खेळ आहे. त्या खेळातून पार पडणं हे सोपं काम नाही. प्रचंड ताकद-वेदना पचवण्याची ताकद असेल तरच संसार हा खर्‍या अर्थानं पेलला जाईल. घरावरचं छप्पर डळमळायला लागलं, तर चारही हातांनी ते ढासळतं छप्पर सावरता आलं पाहिजे. त्यातले दोन हात दुबळे असले तर? दुसर्‍या दोन हातांनी सारी ताकद पणाला लावून आपल्या दोन हातांत, चार हातांची शक्ती आणली पाहिजे. कुठे पत्नी अपंग असते, कुठे अपंग मूल संसारात जन्माला आलेलं असतं, कुठे एकत्र कुटुंबात धंदा, उद्योग यांत कलह सुरू असतात, कुठे वारसाहक्कासाठी प्रचंड कटकारस्थानं शिजत असतात. कधी मृत्यू अचानक झडप घालून जातो. कुठे सुरेख पत्नी घरात असूनही बाहेरचं एखादं मोहक फूल भुलावणी देत असतं, तर

कधी आर्थिक भार उचलणाऱ्या पत्नीचं स्वैर वर्तन डोळ्यांवर कातडं ओढून डोळ्यांआड करावं लागतं, कुठे विधवा आई कष्ट करून पिलं वाढवत असते, दुबळ्या हातांनी घर सावरत असते. कधी सर्व सुखं हात जोडून उभी असतात, पण मूल नसतं तर रसिक-अरसिक पती-पत्नी टाके घालत, पॅचेस लावून सजत असतात. प्रत्येक घराच्या खिडकीतून सहज जाता-जाता डोकावलं तरी काहीतरी सल जाणवतो. कुणी व्यक्त करेल, तर कुठे अबोल सूर मनातच झंकारत असेल.

तरीही माणसं संसार करतातच. अर्धा डाव सोडून एक भिडू पळून गेला तर उरलेल्या भिडूच्या समोर फक्त मोकळं, भकास क्रीडांगणच उरतं. आता पळायचं कुणासाठी? खेळायचं कुणाशी? पण अंतरंगातलं 'प्रेम', 'मी पण' संपून सर्वार्थानं विलीन झालेलं प्रेम सारं बळ देतं. मग पळून जावं असं वाटत नाही. शरीरापलीकडे एक मन आहे. ते मन उदात्त, विशाल असतं. सत्याचा अंकुर, संयमाचं तेज तिथे जागत असतं ते मन साऱ्या वेदनेवर मात करतं आणि संसार सफल होतो. जीवन सुसह्य होतं. एकमेकांची मनं जुळायला दोषांकडे क्षमाशील वृत्तीनं पाहता आलं पाहिजे. सोसतो ते कुणासाठी? दोष आहेत ते कुणामध्ये? 'ती' व्यक्ती जर 'माझी' असेल, तर द्वैत-अद्वैत भावच संपून जातो. गुण-दोषांसकट स्वीकारणं, सोसणं, निभावणं हाच संसाराचा गाभा आहे. केवळ दोषच शोधले तर संसाराचा पट पत्त्यांच्या घरासारखा कोसळायला वेळ लागणार नाही. या कादंबरीत प्रकर्षानं मला हेच मांडायचं आहे. सफल झाले की नाही ते मी वाचकांवर सोपवते.

ऋणनिर्देश करायचाच तरी परत प्रश्न आलाच. माझे पती रणजित देसाई, जे माझ्या जीवनात पूर्ण सामावून गेले आहेत. त्यांनी ही कादंबरी अर्धी पूर्ण होईपर्यंत वाचली. चुका सांगितल्या. कौतुकही केलं. त्यांचे ऋण मानणं म्हणजे माझेच ऋण मानणं नव्हे? कायदा, अंतर, दुरावा, वारसा या सर्व गोष्टी फक्त व्यावहारिक आहेत. पण जे मन एकदा सामावून गेलं, ते दूर कसं होणार? एखादं प्रेम शापित असतं, कधी अति प्रेमाला दुष्टांची नजर लागते, पण अंतरंगातला प्रेमाचा झरा कधी रिता होतच नाही. ही कादंबरी त्यांना श्रद्धापूर्वक अर्पण करते आहे. त्यांचा आशीर्वाद सदैव मला जपणार आहे, हा विश्वास मनातून हलणार कसा?

बेळगावचे श्री. राजाभाऊ मराठे, माझे मानलेले दीर, बंधू! त्यापेक्षा रसिक श्रोते! आधी प्रत्येक प्रकरण- नंतर संपूर्ण कादंबरी आम्ही अनेकदा वाचली. सूचना दिल्या. कौतुक केलं. 'विषय नाजूक, अवघड व संयमानं लिहिला पाहिजे.' असं सारखं सांगून, लेखणीला संयमाची धार आणली. राजाभाऊ मराठे हे वकील आहेत, पण त्यांनाही चोखंदळ दृष्टीनं हरवणाऱ्या त्यांच्या पत्नी सौ. सुधाताई मराठे यांनी अनेक बारकावे मला सांगितले. या पती-पत्नीचं ऋण मोलाचं आहे. श्री. अनिलकुमार मेहता - खरंतर प्रकाशक. कादंबरी प्रकाशित करणं हा त्यांचा धंदा आहे; पण धंदा

करतानासुद्धा त्यांची सौंदर्यसृष्टी सदैव जागी असते. पुस्तकाची मांडणी, छपाई, मुखपृष्ठ सारं सुरेखच असावं हा त्यांचा कटाक्ष! मग पुस्तक प्रकाशित व्हायला दीर्घकाळ लागतो. लेखक नाराज होतात; पण नंतर पुस्तक हाती येतं ते पुस्तक एक देखणं चित्र असतं. ते बघून लेखक, वाचक खूश होणार याची त्यांना जाणीव असते म्हणूनच ते शांतपणे आपलं काम करत असतात. ''ही कादंबरी मला लवकर हवीय तरच तुमच्याकडे पाठवते,'' असं मी सांगूनच कादंबरी दिली व त्यांनी ती वेळेत छापून पूर्ण केली. त्यांचे आभार 'शब्दांपलीकडले' आहेत.

डॉ. वंदना जोगळेकर यांची पण मी ऋणी आहे. गोव्याचे श्री. नाना बांदेकर व सौ. मंदाकिनी बांदेकर यांच्या घरी अर्धी कादंबरी लिहून पूर्ण झाली. ते घर 'गोकुळ' आहे. त्या पती-पत्नींनी माझी खूप काळजी घेतली. त्यांच्या मुलांनी खूप प्रेम दिलं. ते घर असंच भरलेलं राहावं ही परमेश्वराजवळ प्रार्थना!

मिरजेचे डॉ. गोसावी, सौ. प्रभाताई गोसावी यांनीही या वाटचालीत मदत केली. 'माधवीताई खूप लिहा' असं सांगणारी, प्रेम, जिव्हाळा देणारी हजारो माणसं भेटली. प्रत्यक्ष! पत्रांतून! त्या सर्वांच्या प्रेमाची मी उतराई कशी होणार? ते प्रेम अंतरंगाच्या गंधालीत जपते आहे.

माझी आई, जिनं सदा मला लिहायचा आग्रह केला, त्या आईला, आत्यांना (सौ. सरलाताई कुलकर्णी) निश्चित समाधान या कादंबरीनं लाभेल.

मुलीच्या नात्यानं माझ्यावर अपार प्रेम करणारी सौ. आसावरी भोकरे हिनं छोट्या 'अमृताला' सांभाळत कादंबरी फेअर करून दिली. खूप श्रम घेतले. तिचे आभार कसे मानायचे?

'मंजिरी'प्रमाणेच हा वेगळा, नाजूक विषय वाचकांना आवडेल अशी आशा करते. लेखक जगतो ते वाचकांच्या प्रेमावर!

इतकंच-

माधवी देसाई

मानसीनं रूपाला टॉवेलात गुंडाळलं आणि उचलून बाथरूमच्या बाहेर आणलं. रूपाचा रुसवा कायम होता. तिला अजूनी पाण्यात भिजायचं होतं. टबमध्ये बसायचं होतं. ती हातपाय झाडून रडण्याच्या बेतात होती; पण मानसीनं तिला उचलून ड्रेसिंग टेबलासमोरच्या बैठ्या स्टुलावर उभं केलं आणि ती रूपाचं अंग पुसू लागली.

"मम्मी, आज इतक्या लवकर का? आमाला पाण्यात खेळायचं आहे अजूनी." ओठ पुढं काढून रडक्या सुरात रूपा म्हणाली.

"आता शाळेत खेळायचं! आज रूपाराणी शाळेत जाणार ना? तिथे खूप खूप खेळणी! खूप मैत्रिणी! खाऊ!" तिचे ओले केस पुसता-पुसता मानसी बोलत होती.

"आमी नाई शाळेत जाणार!" रूपानं निषेध नोंदवला.

"वा! नाही कसं? मग शहाणी कशी होणार?" तिच्या अंगावर पावडर लावत मानसी म्हणाली.

"पण मला नाही मोठं व्हायचं बाबांसारखं!"

"मोठं नको होऊ, पण शहाणं व्हायला नको?"

"मी वेडी कुठाय पण? मी शहाणी नाही?" रूपानं प्रश्न विचारला.

तिच्या गुलाबी, गोबऱ्या गालांची पापी घेत मानसी म्हणाली, "हो तर! खूप शहाणी आहे! चला, आता बूट घालायचे."

मानसीनं तिला टेबलावर बसवलं आणि मोजे तिच्या पायांत चढवू लागली. सर्व जामानिमा पूर्ण झाला तसं तिनं रूपाला आरशासमोर उभं केलं.

गुलाबी झालरींचा फ्रॉक, गुलाबी पिन्स, रुमाल सारं घातलेली रूपा बाहुलीसारखी गोड दिसत होती. ओले होते, तरी कुरळे केस गुंडाळे करून उभे राहिले होते. निळे डोळे लक्ष वेधून घेत होते आणि गालावरचा तो टप्पोरा तीळ चटकन डोळ्यांत भरत होता. तिचं रूप आरशात बघता-बघता मानसीचं सारं लक्ष त्या तिळातच साठलं होतं. सारा आरसा त्या एका काळ्या तिळानं भरून गेला. आरसाच का? रूपासुद्धा

त्या मोठ्या ठिपक्यात विरून गेली. डोळ्यांसमोर अनेक काळे ठिपके तरळू लागले. लहान, मोठे, गोलाकार! नजरेला अंधारी जाणवतेय असं वाटू लागलं. मानसीनं रूपाला उचललं आणि ती थरथरत्या पावलांनी आरशासमोरून दूर झाली. डोळे भरून आले होते. मनावर आसुडाचे फटकारे बसत होते.

"मम्मी, ए मम्मी." रूपा तिला हालवत होती.

"मम्मी, मी जाते ना शाळेत! रडणार नाही. बोल ना गं!"

"नाही गं राणी! तू शहाणीच आहेस." मानसीनं तिला कुरवाळत म्हटलं. तिच्या गालावरच्या ओल्या तिळावर आपले ओठ टेकवले आणि ती दचकली. खोलीचा दरवाजा उघडून आत येतानाच रितेन थबकला होता. काळ्या तिळावर ओठ टेकवलेली मानसी त्यानं पाहिली, पण न पाहिल्यासारखं करून तो हसत आत आला आणि मानसीच्या हातून रूपाला घेत तो म्हणाला,

"ओ ऽ हो! रूपाराणी तयार?"

"पण बाबा," त्याच्या गालाला गाल घासत रूपाची बडबड सुरू झाली. "बाबा, मला मोठ्ठं कॅडबरी देणार?"

"हो तर." तिच्याबरोबर बोलत रितेन खोलीबाहेर गेला. जाताना त्यानं दरवाजा ओढून घेतला. त्या बंद दरवाजाकडे मानसी पाहत होती.

आपल्या मनाचे दरवाजे तिनं असेच बंद करून घेतले होते; पण कधीतरी बाहेरचं वारं असं धडधडा आवाज करायचं! एखाद्या फटीतून हळूच आत शिरायचं आणि शांत होत आलेल्या मनात परत असं वादळ घोंगावत सुटायचं. मानसी पार उद्ध्वस्त व्हायची. त्या ओढाळ मनाला कसं सावरावं, कुठे बांधावं तेच तिला समजत नव्हतं. या वावटळीत ती थकत होती, बेजार होत होती. तिला समजत नव्हतं की, कधी याचा शेवट होणार आहे. बघता-बघता रूपा चार वर्षांची झाली होती. दिवसेंदिवस ती वाढत होती आणि तिचं वाढतं वय, रूप, सवयी, हसणं साऱ्यांनी ती पार ढवळून निघत होती.

आजच नव्हे गेली आठ वर्षं! लग्नाला आठ वर्षं झाली होती. ही सारी आठ वर्षं ती अशीच उद्ध्वस्त होत होती, सावरत होती, पुन्हा ढासळत होती.

मानसीनं तोंड धुऊन कपाळावर कुंकवाची टिकली रेखली. साडी बदलून ती आरशासमोर उभी राहिली. अजून तो गव्हाळ रंग, सोनेरी केस, पिंगट डोळे, उंचापुरा बांधा, सारं तसंच होतं. बदलली होती फक्त मानसी!

"मम्मी, ए मम्मी."

खालून रूपाचा आवाज व त्या पाठोपाठ मोटारीच्या हॉर्नचा आवाज ऐकून मानसी दचकली. केसांवरून हात फिरवून ती जिना उतरून खाली आली. खालती दिवाणखान्यात बाबासाहेब आरामखुर्चीवर पहुडले होते. माई पोर्चमध्ये उभ्या राहून

कौतुकानं रूपा, रितेनला बघत होत्या. ते बघून नकळतच मानसीनं मानेला झटका दिला.

"जाऊन येते."

माईंकडे न बघताच पायांत चपला सरकावत ती म्हणाली आणि रितेनच्या शेजारी गाडीत जाऊन बसली. रूपाचा,

'आजी टा टा ऽ ऽ'

असा आवाज मोटारीच्या इंजिनाच्या आवाजात मिसळला. गाडी शाळेच्या दिशेनं धावू लागली.

"मम्मी, माझी टीचर साडी नेसणार की फ्रॉक?"

"फ्रॉक."

"पण का? ती साडी का नेसत नाही?"

"कारण तिला साडी नेसता येत नाही." रितेन म्हणाला.

"एवढी मोठी टीचर! साडी नेसता येत नाही? पण का?" रूपानं आश्चर्यानं विचारलं.

"अय्या!" ओठांवर हात ठेवून मिस्कील हसत रूपा म्हणाली.

"हे बघ, रूपा. आता असले प्रश्न टीचरला विचारायचे नाहीत हं! तिथे खूप खेळायचं, गाणी म्हणायची, खाऊ खायचा."

"ती बघ शाळा आली." मानसीनं तिला शाळा दाखवत म्हटलं. तशी रूपा चटकन रितेनला बिलगली.

"बाबा, मी नाही शाळेला जाणार."

रितेन मोठ्यानं हसला.

"चला, आज मीपण सुट्टी घेतो. आपण खंडाळ्याला जाऊ. कसं राणी?"

रूपाकडे बघत तो म्हणाला. पण प्रश्न मानसीचा होता. तसं मानसीनं चटकन त्याच्याकडे बघितलं. त्या नजरेतली नाराजी ओळखून रितेन म्हणाला,

"रूपडे, आज शाळेत जायचं आणि शनिवारी खंडाळ्याला."

"हे पाहा, आता तिला नियमानं शाळेत जाऊ दे. मैत्रिणींत खेळू दे. हे आई आणि बाबा प्रेम फार झालं. अशानं ती वाढणार कशी? मनानं, शरीरानं ती सुदृढ व्हायला नको? अति लाडानं ती बिघडणार आहे." मानसी म्हणाली.

'तुमच्यासारखी' हा शब्द तिनं मागं परतवला.

"ओ.के! ओ.के!!"

रितेननं गाडी एका बाजूला उभी केली. रूपाचं बोट धरून तो आणि मानसी पोर्चकडे जात होते. तिथे मदर ख्रिस्तिना हसतमुखानं सर्वांचं स्वागत करत होत्या. त्या तिघांना बघून त्या दोन पावलं पुढं आल्या. हातातला टप्पोरा गुलाब मानसीकडे

देत म्हणाल्या,

"वेलकम मिसेस सबनीस. आजपासून तुमचा हा गुलाब आमच्या हातात देणार ना?"

मदरनं रूपाचा हात हातात धरून म्हटलं,

"गुडमॉर्निंग डिअर रूपा."

रूपा रितेनच्या मागं लपून रडायला सुरुवात करणार होती, तोवर मदर म्हणाल्या,

"ओ ऽ नो नो! आज मम्मीपण शाळेत बसणार. मिसेस सबनीस, रूपाला सवय होईपर्यंत तुम्ही थांबू शकता."

"मानसी, मग मी निघतो. बारा वाजता परतेन, तोवर तू थांब रूपाजवळ. थँक यू मॅडम."

मदरना अभिवादन करून रितेन वळला. लांबलांब पावलं टाकत गाडीकडे जाणाऱ्या उंच, देखण्या, सुदृढ रितेनकडे लोभस नजरेनं बघत मदर म्हणाल्या,

"मिसेस मानसी, यू आर अ लकी गर्ल! केवढं चार्मिंग व्यक्तिमत्त्व आहे मिस्टर सबनिसांचं? बेबीनं अगदी त्यांचं रूप उचललंय! आणि भर म्हणून हा तीळ! इट्स अ गॉड्स गिफ्ट." पायऱ्या चढता चढता मदर बोलत होत्या.

'गॉड्स गिफ्ट! देवाची देणगी!' मानसी दचकली. अजूनी देवानं काय काय देणग्या द्यायचं शिल्लक ठेवलंय? रूपा वर्गात शिरताच मुलांमध्ये रमली. ठोकळे लावणं, मणी ओवणं यात ती गुंतली, तशी मानसी हळूच बाहेर आली आणि बागेचा कोपरा, झाडाची सावली बघून एका बाकावर ती बसली. एका चर्चच्या विस्तीर्ण पटांगणातच शाळेची इमारत होती. एका बाजूला मदर्सनी राहायची इमारत होती. सारा परिसर शांत होता. स्वच्छ होता. शाळेची गडबड शांत होत आली होती. वर्गांचे दरवाजे बंद झाले होते.

समोरचे छोटे, रिकामे झोपाळे मात्र उगीचच हेलकावत होते, मानसीसारखे! मागं-पुढं हिंदोळत होते. निश्चल बनलेली मानसी त्यात पूर्ण गुरफटून झुलत होती. खूप उंचावरून खालची धरती त्रयस्थपणानं निरखत होती. जणू ते जग तिचं नव्हतंच! ती कुणी परकीच मानसी या क्षणी चर्चच्या कोपऱ्यात बाकावर बसली होती.

मन मात्र भूतकाळात पोचलं होतं. जिथून जीवनाचं नवं पर्व सुरू झालं होतं, मुग्ध मानसी उमलली होती, ते काश्मीर! त्या चर्चच्या कोपऱ्यात बसून मनानं ती काश्मीरला पोचली होती.

काश्मीर! भूलोकीचं नंदनवन! तिथे मनानं पोचलेली मानसी आठवणींच्या गुलाबपाकळ्यांत गुरफटून गेली होती.

मानसी आणि तिच्या मैत्रिणी मोठ्या कौतुकानं श्रीनगरमधल्या 'सिटीमार्केट'मध्ये फिरत होत्या. हवेत विलक्षण गारवा होता. मधूनच थंडगार सर शिडकावा करून जाई. ते टप्पोरे थेंब अंगावर झेलायला बरं वाटायचं; पण आईनं येताना दिलेली सूचना आठवली आणि मानसी तिच्या मैत्रिणींसह दुकानाच्या फळीवर आडोशाला उभी राहिली. जवळच एक छोटा लाकडी पूल होता. त्याच्या खालून लहानसा ओढा खळखळत होता. त्याच्या त्या लाडिक विभ्रमाकडे मानसी एकटक बघत होती.

"मानसी, चल. पाऊस थांबला. मला काल बघून ठेवलेली काश्मिरी शाल घ्यायचीय अन् या पमाला तो फरचा कोट घ्यायचा आहे. परतायला रात्र होईल, चल ना!" वीणा मानसीला हालवत म्हणाली.

"अगं, तिचं लक्ष कुठे आहे?" पमा म्हणाली.

"काश्मिरी गुलाबात हरवलंय की आणि कुठे?" सईनं कोपरखळी दिली.

"तुमचंदेखील भान हरपलंच आहे की!" मानसी रुसव्यानं बोलली.

"हो, पण ते निसर्गात, इथल्या हवेत, पाण्यात! कुणा राजकुमारात नव्हे काही!"

"झाली सुरुवात तुमची!" मानसी चालायला लागली.

"ए मने, ए, रागावलीस? तुझं रूप बघून राजकुमारच काय, साक्षात शंकर येईल आपली पार्वती समजून! यात तुझा काय दोष बरं?" पमा मानभावीपणानं म्हणाली.

साऱ्याच जणी न बोलता चालत होत्या. रस्त्याच्या कडेला एक छोटा बंगला होता. त्यावर लाल गुलाबांची वेल चढवली होती. कुंपणावरसुद्धा लाल गुलाब फुलले होते. ते सारं त्या चौघी आधाशी नजरेनं टिपत होत्या.

"खरंच आपण सर्व जणी हट्ट करून निघालो, म्हणून तर हे सारं बघता आलं. आता पुण्याला परतलो की कोण जाणे काय काय, कुणाच्या नशिबात आहे." वीणा उदासून म्हणाली.

"नाहीतर काय? बी.ए. झालो. शिक्षण एका परीनं संपलंच. आता घरचे गप्प बसणार नाहीत, चक्क संशोधन सुरू होणार." सई म्हणाली.

"पण मी तर पुढं शिकणार म्हणून सांगून आलीये आई-बाबांना."

"पण आमचं काय? आमचं तर इथेच ठरतंय ना?" मानसीकडे बघत, डोळे मिचकावत पमा म्हणाली.

त्या सर्वांना, आज सकाळीच मानसीसाठी भला मोठा गुलाबांचा गुच्छ घेऊन येणारा देखणा तरुण आठवला. त्या चौघी शिक्षण पूर्ण झाल्यानंतर हट्टानं काश्मीरला आल्या होत्या. अगदी लहानपणापासून त्यांची मैत्री होती. ती आजवर टिकून राहिली. न जाणो नंतर कोण, कुठे जाईल? म्हणून चौघींनी हट्टानं काश्मीर ट्रीप

आखली होती अणि गेले आठ दिवस निसर्गात हरवून गेल्या होत्या. कुठे पुणं! आणि कुठे काश्मीर! त्यांना काय बघू अन् काय नको असं झालं होतं. त्या चौघी आणि काश्मीरचा निसर्ग, सारंच एकरूप झालं होतं. दलसरोवर, चश्मेशाही बाग, गुलमर्ग, टंगमर्ग, घोड्यांवर बसणं, शिकाऱ्यातून फिरणं, खरेदी करणं. सर्वांत त्या पूर्ण गुरफटून गेल्या होत्या आणि त्याच ट्रीपवर आलेला रितेन त्यांच्या पाठोपाठ फिरत होता. काश्मीरपेक्षा मानसीच्या सौंदर्यानं तो भारला होता. त्या चौघी जातील तिथे तो जात असे. हे त्यांना ठाऊकही नव्हतं.

आधी लक्षात आलं नव्हतं, तरी गेल्या चार दिवसांत मानसीच त्याला जिथे तिथे बघून अस्वस्थ झाली होती. तो चुकून भेटत असेल असं तिनं मनाला समजावलं. पण परवा त्याचा शिकारा त्यांच्या जोडीनंच जात होता. त्यानं दोन्ही शिकारावाल्यांना सांगूनच ठेवलं असावं. त्याचं सारखं शेजारून जाणं, पसंतीचं हास्य करणं, सर्वांच्याच लक्षात आलं होतं. शेवटी त्यानं फुलांनी भरलेली छोटी होडी थांबवून, भली मोठी फुलांची परडी खरेदी केली आणि मानसीकडे हात दाखवत म्हणाला,

"वो मेमसाब हैं ना? उनको देकर सलाम कहना!"

हाती आलेल्या परडीनं मानसी जास्ती बावरून गेली होती. आपला शिकारा त्याच्या शिकाऱ्याकडे नेऊन पमा म्हणाली,

"काय हो? ना ओळख ना पाळख! एकदम फुलं का पाठवलीत?"

"ओळख करून घ्यायला फुलं छान उपयोगी पडतात. उद्या आपण टंगमर्गला जाऊ. एकत्र जाऊ. स्लेजवाले फसवतात. एकट्या जाऊ नका."

रात्री हॉटेलमध्ये चौघी विचार करत होत्या. त्याचं आमंत्रण स्वीकारणं एकीकडे त्यांना मोहवत होतं.

"वीणे, ना ओळख, ना परिचय, कसं गं जायचं ठरवता तुम्ही? मला भीती वाटते! आपण परक्या मुलखात, तिथे बर्फावर त्याच्याबरोबर कुठे गं जाणार?" असं म्हणणारी मानसी नकळत वाट चालतच होती.

बर्फावर चढताना मानसीच्या बरोबर तो चालत होता. लाँग कोट, टोपी, बूट, सारं ओझं बाळगून चढणं कष्टाचं होतं; पण त्याचा सहवास सारे कष्ट दूर करत होता. मध्येच तिचा पाय घसरला तर त्यानं तत्परतेनं तिला सावरलं होतं.

साऱ्या जणी बर्फाचे गोळे एकमेकींवर मारत होत्या. धावत होत्या. तो मात्र डोळे भरून मानसीला नजरेत साठवत होता. तिच्या सौंदर्याचे वेगवेगळे पैलू निरखत होता.

"बरं झालं मी काश्मीरला आलो." तो म्हणाला.

"का?"

“नाहीतर ‘हे’ सौंदर्य कसं बघणार होतो?” सभोवतालच्या शुभ्र बर्फाकडे पाहत तो म्हणाला. मानसी चमकली. टंगमर्ग उतरताना तिची स्लेज त्याच्या जोडीनंच उतरत होती.

“मानसी! नाव किती छान आहे! मानससरोवरासारखंच रम्य!” तिलाच ऐकू जाईल असं तो म्हणाला.

‘याला नाव कसं समजलं असेल?’

आणि आज सकाळी ती तयार होऊन हॉटेलच्या दारात आली तर तो फुलांचा गुच्छ घेऊन उभा! त्याला बघून मागं वळावं तर त्या तिघी तिच्या पाठोपाठ हजर! साराच गोंधळ झाला होता. मानसी विलक्षण गोंधळून गेली होती.

‘आता हा मार्केटमध्ये तरी भेटू नये!’

मानसी मनातून म्हणत होती. काश्मिरी शाली बघण्यात त्या चौघी गुंतल्या होत्या.

“गुड इव्हनिंग!”

परिचित आवाज आला. हसतमुखानं तो उभा होता. हातात खूप पार्सलं होती.

“एवढी खरेदी?” सईनं विचारलं.

“तर! घरी प्रत्येकासाठी काही न्यायला पाहिजे ना? उद्या निघणार.”

“उद्या?” त्या चौघी किंचाळल्या.

त्या पण उद्याच निघणार होत्या. पण ते त्याला कसं कळलं?

“हो. उद्या. येतानाच परतीचं रिझर्वेशन करून आलो होतो; पण आता पुण्यात भेटायचं ना?” त्यानं विचारलं.

“पुण्यात?”

“हो. मी पुण्यातच असतो ना! आमचा मोठा उद्योग आहे, रेशमाचा, कापडाचा. मिल्स आहेत. मी परदेशातून शिकून आलोय. आता उद्योगात शिरायचं. त्यापूर्वी काश्मीर तरी पाहावं, म्हणून आलो.”

“मग आवडलं काश्मीर?”

मानसीकडे एकटक पाहत तो म्हणाला, “फार आवडलं. परदेशात काही सापडलं नाही ते इथे सापडलं.”

“आजची रात्र इथली शेवटची रात्र आहे. आज रात्रीच्या जेवणाचं माझं आमंत्रण स्वीकारा. प्लीज! मी साडेआठ वाजता वाट बघतो. तुमच्याच हॉटेलच्या लॉनवर ओके!” वळून तो दिसेनासा झाला, तशा चौघी हलल्या.

“मने, आता मात्र फार झालं हं! आता आपण तरी रिकाम्या हातानं कसं गं जायचं? आपण चौघी त्यांच्यासाठी काही भेट घेऊ.” पमा म्हणाली.

मग चौघींनी काश्मिरी नक्षीकाम केलेली एक सुरेख फुलदाणी त्याच्यासाठी खरेदी केली.

साडेआठ वाजता चौघी जणी खाली उतरल्या. मानसी काळं सिल्क नेसली होती. भरदार केसांचा अंबाडा घालून त्यावर पिवळा गुलाब खोचला होता. कानांत वीणाच्या मोत्यांच्या कुड्या आणि मोत्यांचा सर गळ्यात घालून आलेली मानसी बघून रितेनचं भान हरपून गेलं होतं. त्याची बडबड आज कमी झाली होती. अधूनमधून तो विचारात हरवून जायचा. नजर कातर व्हायची.

"आपण पुण्यात भेटू या ना?"

चौथ्यांदा तो म्हणाला, तशा चौघी हसल्या.

"तुम्ही बडे लोक! आम्हाला विसरून जाल." सई म्हणाली. तेच भाव मानसीच्या डोळ्यांत उमटले होते.

"बरं! मीच आधी येईन तुम्हाला भेटायला. मग झालं?" त्यानं त्यांचे पत्ते लिहून घेतले. प्रत्येकीला एक एक भेटवस्तू दिली. त्यांचे परीक्षांचे नंबर, तारीख टिपून घेतली. चौघींची भेट स्वीकारली. जड मनानं निरोप घेतला.

त्या रात्री रात्रभर गुलाबपाकळ्यांवर दवबिंदू टपटपत होते. सारी सरोवरं दाट धुक्यानं आच्छादून गेली होती. मानसीचं मन दवबिंदू आणि धुकं यांनी तरल बनलं होतं.

◆

पुण्याला पोचल्यानंतर त्या चौघी आपल्या आपल्या छंदात गुंतून गेल्या होत्या. मानसीपण तिच्या रिझल्टची वाट बघत होती. काश्मीरहून आल्यापासून मानसीची चित्तवृत्ती जास्ती बहरून आली होती. वागण्यात, बोलण्यात वेगळाच डौल आला होता. लेकीचं रूप बघून मानसीच्या आई सुखावत होत्या. तसंच तिच्या लग्नाची पण काळजी करत होत्या.

"अहो, मानसीच्या लग्नासाठी आता खटपट करायला हवी ना?" त्यांनी एके दिवशी दादासाहेबांना - मानसीच्या वडिलांना - हटकलेच. मानसी किटलीत चहा गाळत होती. ते ऐकताच तिचा हात थबकला.

"अगं, तिच्यासाठी कुठे, काही शोधायला नको. तू शांत राहा बघू. एखादा राजकुमार आपोआप चालत दारात येईल मोटारीतून. मग सांग जावई आवडला म्हणून! काय मनूताई खरं ना?"

"अं?"

राजकुमार या शब्दांत गुंतलेली मानसी स्वतःला सावरत म्हणाली. हातात घेतलेला फुलांचा गुच्छ, बर्फावरची जोडीनं उमटलेली पावलं, ते शिकारे, फुलांच्या होड्या, ती धूसर हवा, ते काश्मीर! 'पुण्यात भेटू या ना?' मानसीचं मन कातर

बनलं. काश्मीर! काल-परवा बघितलेलं; आज स्वप्न वाटू लागलं होतं. त्याची भेट! ते पण स्वप्नच होतं की सत्य?

किती झालं तरी ही श्रीमंत माणसं! नवा गाव, नव्या ओळखी! तसंच आपलं झालं असेल. ओळखी रोज नव्या होत असतील. आपण मात्र... आपण मात्र काय? कशासाठी स्वत:ला हरवून बसलोय? मानसीनं ती आठवण दडपून टाकण्याचा शंभर वेळा निश्चय केला होता; पण जमत नव्हतं. तिच्या डोळ्यांत पाणी तरळलं.

''काय झालं मनू?'' आईनं विचारलं.

''आई, लग्नाचा विचार एवढ्यात करू नकोस. मला अजूनी शिकायचं आहे. आम्ही चौघी एम.ए. करणार आहोत.'' मानसी म्हणाली.

''नको बाई ते एम.ए.! एकदा सुरू झालं की दोन वर्षं आलं थांबणं. पुन्हा तुझी ती जागरणं. धावपळ करणं. नकोच ते!''

''आधी रिझल्ट तरी लागू दे. नंतर ठरवू.'' दादासाहेबांनी माय-लेकींचा प्रश्न एका वाक्यात सोडवला.

रिझल्ट लागला तशा पमा, वीणा, सई, मानसीच्या घरी धावल्या होत्या. कारण ती फर्स्ट-क्लासमध्ये पास झाली होती. मानसीच्या आईला, लेकीला कुठे ठेवू न् कुठे नको असं झालं होतं. त्यांनी दिलेल्या चहाफराळाचा समाचार घेऊन चौघी मैत्रिणी मानसीच्या खोलीलगतच्या टेरेसवर गप्पा मारत होत्या.

''मने, त्या राजकुमाराचं काय झालं गं?''

''काय होणार? गेला झालं रथातनं बसून!'' मानसीनं सहजपणानं उत्तर दिलं; पण तिचा चेहरा पार उतरून गेला होता. पमा उसळून म्हणाली,

'या श्रीमंतांचं असंच असतं. आपण मात्र उगीच भाळून गेलो. काय तो रुबाब आणि अगत्य सगळं खोटं!''

''मला नाही असं वाटत पमा, माणसं इतकी खोटी नसतात गं! त्यांना मानसी खरंच आवडली होती. मला विश्वास आहे एक ना एक दिवस ते येणारच.'' सई म्हणाली.

तेवढ्यात मानसीच्या आईच्या जिन्यावरून हाका ऐकू आल्या.

''मानसी, पमा अगं खाली या, कुणी अनोळखी मंडळी आलीत भेटायला.''

''कोण?''

त्या चौघी दिवाणखान्यात आल्या आणि नमस्काराला उत्तर देण्याचंच विसरल्या. तेच लोभस हसू, आर्जवी नजर, तोच फुलांचा गुच्छ घेऊन रितेन उभा होता. त्या चौघींना एकत्र बघून त्याचे डोळे आनंदानं चमकले.

''ओ ऽ हो! चौघींना एकच गुच्छ देतो. पण पास झाल्याचे पेढे मात्र स्वतंत्र पाहिजेत हं. आज रिझल्ट पाहिला आणि म्हटलं तुमचा राग जर ओढवून घ्यायचाच

असला, तर आजचा दिवसच छान आहे. निदान रागाची धार कमी असेल, आनंदामुळे. खरं ना? अभिनंदन!'' गुच्छ मानसीला देत तो म्हणाला.

मानसीच्या आई थक्क होऊन ते बघत होत्या. या ओळखीबद्दल मानसी काही बोललीच नव्हती. रितेन मागं वळला. सोफ्यावर त्याचे आई-वडील बसले होते. त्यांची ओळख करून देत तो म्हणाला,

''या चौघींनी माझ्या काश्मीरच्या ट्रीपचं सौंदर्य शतपटीनं वाढवलं. ओळख मीच करून घेतली पण त्यांनी ती ओळख ठेवली हे माझं भाग्य!''

'ओळख ठेवली? अरे, मी तर तुझ्याच आठवणींची माला जपत होते.'

मानसीच्या मनातले भाव नजरेत उतरले. तिनं मान वर केली. रितेन तिलाच बघत होता. या ओळखीबद्दल मानसी कधीच कशी बोलली नाही, याचं आश्चर्य वाटलेल्या मानसीच्या आई-वडिलांनी गोंधळलेल्या अवस्थेतच पाहुण्यांचं स्वागत केलं. त्या सर्वांच्या भारदस्त व्यक्तिमत्त्वानं ते भारून गेले होते. दारात उभी असलेली चकचकीत 'मर्सिडीज', अदबीनं उभा असलेला शोफर आणि उच्च वर्गाची स्पष्ट जाणीव करून देणारे ते तीन पाहुणे! मानसी अवघडून गेली होती. मग आदरातिथ्याचा भार उचलला तिच्या मैत्रिणींनी. त्या तिघींनी स्वयंपाकघराचा ताबा घेतला, तशा मानसीच्या आई निश्चिंत झाल्या. मानसी, रितेन कोचावर समोरासमोर बसले होते. मानसी अवघडून गेली होती. रितेनही गोंधळला होता. थोडा वेळ शांततेतच सरला.

''मी माझी ओळख करून देतो. मी एस. व्ही. सबनीस. आपण 'रत्ना फेब्रिक्स'चं नाव ऐकलं असेलच ना? ती आमची स्वत:ची कन्सर्न. त्याच्याच शाखा, उपशाखा भारतभर पसरताहेत. फार लवकर लोकप्रिय झालं आमचं प्रॉडक्शन. ही माझी पत्नी रत्नमाला आणि हे एकुलते एक चिरंजीव रितेन. तशी मोठी मुलगी आहे आमची पण तिच्यात व रितेनमध्ये खूप अंतर आहे. तिचा मुलगाच रितेनच्या बरोबरीचा आहे. मामा-भाचे एका वयाचे! लेकीचं पहिलं बाळंतपण करण्यापूर्वी आईच हॉस्पिटलमध्ये गेलेली.'' मोठ्यानं हसून सबनीस म्हणाले.

''काहीतरीच काय? ते सर्व सांगायची ही वेळ होय?'' कृतक्कोपानं मान वेळावून रत्नमालाबाई म्हणाल्या. त्या वेळी कानातला कुडीजोड लखकन चमकला.

''तर हे आमचे लाडके चिरंजीव रितेन सबनीस. नुकतेच परदेशातून या व्यवसायाचा अभ्यास संपवून आलेत. आता सर्व त्यांच्या हाती सोपवावं असं म्हणतोय.'' सबनीस हलक्या आवाजात बोलत होते.

''त्यापूर्वी त्याचं लग्न व्हावं ही आमची इच्छा आहे. इतकी वर्षं मागं लागतोय पण त्यानं दाद लागू दिली नाही. तयारच नव्हता लग्नाला पण शेवटी खूप मागं लागून त्याच्या मनातलं काढून घेतलं आणि सरळ इथे आलो.'' रत्नमालाबाई म्हणाल्या.

"तुमची घाईच बुवा फार! सरळ विषयाला सुरुवात?" सबनीस त्यांना चिडवण्याच्या सुरात म्हणाले.

"मग, हा धंद्याचा व्यवहार नव्हे काही, धूर्तपणे बोलायला! आपण त्यांच्या मुलीला मागणी घालायला आलोय. त्यात लपवायचं काय?"

"काय?"

मानसीचे आई-वडील आणि दारातून चहा-फराळाचे ट्रे घेऊन येणाऱ्या त्या तिघी- एकदमच उद्गारल्या.

"खरंच सांगतो. आमच्या रितेनला तुमची ही मानसी फार आवडली आहे. दोघंही एकमेकांना अनुरूप आहेत असं वाटत नाही आपल्याला?" सबनिसांनी मानसीच्या वडिलांना प्रश्न केला.

"हो तर! अनुरूप तर आहेतच पण..." ते अडखळले.

"पण? पण काय?"

"कुठे तुम्ही आणि कुठे आम्ही." ते अवघडून म्हणाले.

"अहो, ते जुने विचार झाले आणि जुन्या विचारांप्रमाणेसुद्धा; मुलगी नेहमी श्रीमंत घरात द्यावी आणि सून करून घेताना मात्र आपल्यापेक्षा कमी श्रीमंत घरातली असावी. अहो, लग्न त्या दोघांचं, पसंती त्या दोघांची, आपलं काय!"

"पण हे स्थळ खरंच झेपणार नाही आम्हाला. आमची एकच मुलगी. ती पण दुरावेल या वैभवाच्या आडोशानं! जावयांनी राहायला यावं असं घर तरी आहे का आमचं?" मानसीच्या आई म्हणाल्या.

"छे हो, आमचा रितेन अगदी साधा आहे. त्याला डामडौल, भपका आवडतच नाही. हे घर त्याला नक्की आवडेल. काय रितेन?" यावर सारे हसले.

"पण पप्पा, मुख्य होकार अजूनी समजला नाही." मानसीकडे बघत रितेन म्हणाला. कमळाच्या देठासारखी नाजूक मान वर झाली आणि कमलपुष्पावर दवबिंदू चमकावे तसे मानसीचे डोळे चमकले. रितेनची नजर त्या डोळ्यांच्या तळीचा ठाव घेत होती. तशी मानसीनं मान खाली घातली.

"त्याची पावती आम्हाला काश्मीरमध्येच मिळाली होती." सई म्हणाली.

"मला तरी पूर्ण खात्रीच होती. तरीच आमचे नंबर टिपून घेतले होते." पमानं साथ दिली. यावर सारे हसले.

"आजचा दिवस खूपच छान आहे. मला गुरुजींनी शुभशकुन, येतानाच सांगितला होता. मग आपण हे नक्की समजू या ना?" रत्नमालाबाई घाईनं म्हणाल्या.

"मिया बिबी राजी तो...!" सई काही बोलणार, तोवर पमानं तिला कोपरखळी दिली.

"अहो, किती घाई करता? त्यांची मुलगी सुंदर आहे, विदुषी आहे. यापेक्षा

चांगलं स्थळ येईलही. त्यांना विचार करू दे. साऱ्या जन्माचा प्रश्न आहे.'' सबनीस म्हणाले.

''छे, छे! असं बोलून लाजवू नका. रितेनबाबूंप्रमाणं, आमची मानसीपण त्यांनाच पसंत करून बसलीये हे लक्षात आलंय माझ्या! आणि तुमची चौकशी काय करायची? रत्ना फेब्रिक्सचे सबनीस आपण. इतकंच बस्स आहे. आमचं भाग्य की, माझी मानसी या कोंदणात जाऊन आपसूक बसली.'' मानसीचे वडील समाधानानं म्हणाले.

त्यानंतर चार दिवसांनी चांगला दिवस बघून साखरपुडा करण्याचं ठरलं. घरच्या घरी साधाच कार्यक्रम होता. पण त्यानंतर मानसीचं सारं रूपच बदलून गेलं होतं. गुलबक्षी रंगाचा शालू नेसून जिना उतरून येणारी मानसी कुणी वेगळीच होती. सारे जण विस्मित नजरेनं तिचं खुललेलं रूप बघत होते. रितेनचा स्वत:च्या डोळ्यांवर विश्वास बसत नव्हता. त्याचे आई-वडील सुनेच्या सौंदर्यानं, शालीनतेनं भारले होते. लेकीच्या भाग्यानं मानसीच्या आई-वडिलांचे डोळे पुन:पुन्हा भरून येत होते. तिच्या मैत्रिणी तिच्या भाग्याचा हेवा करत होत्या.

मानसीला साखरपुड्याचा म्हणून हिऱ्यांचा कुडीजोड व लफ्फा रत्नमालाबाईंनी दिला आणि हिऱ्यांची अंगठी असलेली मखमली पेटी रितेनच्या हाती देत त्या म्हणाल्या,

''ही तुझी तू दे बाबा.'' सारे हसले.

रितेननं मानसीचा नाजूक हात हातात घेतला आणि तर्जनीत लखाखणारी अंगठी चढवली. साऱ्यांची नजर त्या अंगठीनं दिपून गेली. मानसीनं लाजून मान खाली घातली होती. त्या हिऱ्यांपेक्षाही तिचं सौंदर्य जास्त उठून दिसत होतं. साखरपुडा साधाच पार पडला होता पण मनाचं समाधान वेगळंच होतं.

त्यानंतर मुहूर्त जवळचाच होता. रोज काही ना काही कारणानं मानसीला रितेनच्या घरी जावं लागत होतं. आज साड्यांची खरेदी, उद्या सोनाराच्या दुकानात, कधी मोतीवाला आलेला असे, तर कधी साडीवाला. रत्नमालाबाईंनी एकच धांदल उडवून दिली होती. रोज दुपारी मर्सिडीज किंवा नवीनच गाडी दारात येई. शोफरनं अदबीनं दार उघडून दिलं की मानसी आत बसे. ते बघणाऱ्या मानसीच्या आईंना आनंद वाटत असे; पण आता लेक दुरावली या जाणिवेनं त्यांना रडू येई.

''अहो, हे स्थळ ठरवताना आपण घाई तर केली नाही ना?''

''झाल्या शंका सुरू?''

''पण मी म्हणते, आपण मुलाची नीट चौकशी करायला हवी होती.''

''कसली चौकशी? श्रीमंत, शिकलेला, सुदृढ मुलगा. स्पष्ट समोर आहे सारं.''

''अहो, पण श्रीमंतांच्या मुलांचं काही सांगू नका. परदेशातच कुठे लफडं नसेल कशावरून? असं माझी मावस बहीण म्हणत होती. असंही असतं हो कधी कधी?''

''तुझ्या लक्षात कसं येत नाही की, लोकांना कुणाचं भलं बघवत नाही! सबनीस आपले व्याही होतात याचा आनंद किती जणांना होत असेल?'' या त्यांच्या युक्तिवादावर मानसीच्या आई गप्प बसल्या.

''आई, लग्नाचा मुहूर्त असा घाईनं का ठरवलास? माझी तयारी व्हायला पण वेळ दिला नाहीस.'' नीता- रितेनची बहीण दिल्लीहून घाईघाईनं आली होती.

''अगं, मुलगी लाखात एक आहे. ठरवून टाकलं. उगीच नंतर फाटे फुटायला नकोत. माझा जीव अक्षता पडेपर्यंत थाऱ्यावर नाही.'' रितेनच्या आई म्हणाल्या.

''पण आई, त्या लोकांना पूर्ण कल्पना आहे ना?''

''अगं, कल्पना काय द्यायची? या वैभवानं ती मंडळी पुरी दिपून गेली आहेत. शिवाय चौकशी त्यांनी करायची, आपण नव्हे. एकदा इथे रुळली की झालं.''

माईंच्या बोलण्यावर नीतानं मान हालवली पण तिचं समाधान झालं नव्हतं.

◆

आज संध्याकाळीच सीमांत-पूजन समारंभ होता. एकाच कार्यालयात दोन्हीकडील मंडळी उतरली होती. मानसी, तिचे आई-वडील, मैत्रिणी यांना वरचा मजला उतरायला दिला होता. संध्याकाळ जवळ येत चालली. सारं कार्यालय उत्साहानं निथळत होतं. सबनिसांच्या एकुलत्या एका मुलाचं लग्न! सर्वांना आवर्जून आमंत्रणं गेली होती. झगझगीत साड्या, हिऱ्यांचे लखाखणारे दागिने, गजऱ्यांचा सुगंध, मधूनच सेंटची मंद झुळूक! सारं वातावरण कसं उमदं वाटत होतं. सनईचे मंद सूर वातावरणात भरून गेले होते.

मानसी अवघडून पाटावर बसलेली! साधं सिल्कचं पातळ, हातांत हिरवा चुडा, केसांची लांबलचक वेणी. मानसी मैत्रिणींशी बोलत होती. हसणं, चिडवणं सुरू होतं. मानसीचं मन कातर बनलं होतं, डोळे परत परत भरून येत होते. साखरपुडा झाल्यापासून ती अनेकदा रितेनला भेटली होती. त्या घरात गेली होती. तिला ते हसणं, चिडवणं वरवरचं असावं, असं आपलं उगीच वाटायचं. काश्मीरमध्ये रितेन किती मोकळा होता! उमदा होता! तो रितेन तिला मनापासून आवडला होता. लग्न ठरल्यापासून अनेक गोड स्वप्नं, तिचं मन थरथरून टाकत होती. खरेदीनिमित्त

अनेकदा ती व रितेन बाहेर जात असत, पण प्रत्येक वेळी कुणी ना कुणी बरोबर असे. कधी माई, कधी नीता, तर कधी दिवाणजी! त्या दोघांना एकटं न सोडण्याचाच जणू सर्वांनी संकल्प केला होता! रितेनला ती विचारणार होती की, 'मी नक्की कधी रे आवडले तुला? तिथे नुसती फुलंच देत राहिलास, पाठलाग करत राहिलास, पण कधी तोंडानं सांगितलं नाहीस की, 'मी आवडले म्हणून!' 'काश्मीर जास्ती आवडलं की तिथले गुलाब? की गुलाबांपेक्षा मी?' एक ना दोन अनेक प्रश्न तिला विचारायचे होते पण तशी भेटच झाली नव्हती. साखरपुडा ते लग्न यांमधले अनेक चोरटे प्रसंग, तिच्या मैत्रिणींनी स्वत:च रंगवून सांगितले होते. मानसीनंही काही सांगावं म्हणून तिला छेडलं होतं.

पण काय सांगणार? काही घडलंच नव्हतं. साड्यांच्या घड्या, दागिन्याच्या मखमली पेट्या यांची संख्या रोज वाढली होती पण रितेन मात्र उगीचच गंभीर होऊन राहिला होता. 'जणू काही सारा भार याच्यावरच पडलाय! तरी बरं आई-बाबांचा लाडोबा आहे.' या विचारानं ती आतापण खुदकन हसली. 'सारखा आपला गंभीर चेहरा करून फिरतोय, आता भेटला की अशी भांडेन!' या विचारावर मानसीचे विचार अडून बसले.

तिला एकाएकी आपल्या नणंदेची- नीताची- आठवण आली. बाप रे! खरा तिखटपणा होता तो! दर वेळी रुबाबात माईंना अडवून धरत असे. माईंनी मानसीसाठी एखादी हौसेनं साडी घ्यावी, वस्तू घ्यावी, नीता लगेच आईला सुनावत असे. "अगं, आधीच इतकं कौतुक करू नको. आधी वर्षभर नीट जाऊ दे गाडी. मग सारं तिचंच आहे की!"

"अगं, पहिलं वर्षच असतं नवलाईचं. नंतर कुठे हौस उरते?" माई म्हणत. नीताचं मानसीला खूप नवल वाटे. आपण कसे आई-बाबांशी जिव्हाळ्यानं वागतो! तसं प्रेम नीताला आपल्या आई-वडिलांचं का वाटू नये? इतकं उपरेपणानं का कुणी वागतं? असेल श्रीमंतांची रीत! श्रीमंत? खरंच या श्रीमंतीच्या राशीत एखादा सलणारा काटा तर लपला नसेल ना? तो गंभीर झालेला रितेन! जाणूनबुजून अंतर ठेवून वागणारा. ती अधिकार आणि श्रीमंती गाजवणारी नणंद! त्या मानसीला खूश ठेवणाऱ्या माई! सदैव गडबडीत असणारे बाबासाहेब! पिचक्या डोळ्यांचे दिवाणजी! तो भला मोठा बंगला, मोटारी, साड्या, दागिने!

मानसीचे डोळे भरून आले. यापेक्षा आपलं छोटं घर किती छान आहे. आनंदी, समाधानी! ती माडीवरची छोटी खोली, खिडक्या उघडल्या की वाऱ्यानं, प्रकाशानं निथळणारी! तो वरपर्यंत चढलेला जाईचा वेल, कुंडीत जोपासलेले गुलाब. सारं आठवून मानसीला रडू फुटलं. कशासाठी आई-बाबांनी लग्न ठरवलं इतक्या घाईनं?

"अरे, बायकांचा समारंभ असला म्हणून काय झालं? आमची मामी बघायला परवानगी थोडीच मागायची असते?" भरदार आवाज कानावर आला तशी मानसी दचकली. तिनं मान वर केली. दाराची चौकट भरून गेली होती. एक देखणा, गोरापान, उंचापुरा तरुण दारात उभा होता. त्यानं क्रीम कलरचा सफारी घातला होता. हातात छोटी बॅग होती. त्याचे पिंगट केस त्याच्या गोऱ्या चेहऱ्याला शोभत होते आणि मानसीचं लक्ष वेधून घेतलं ते त्याच्या गालावरच्या टप्पोऱ्या काळ्या तिळानं. तीळ की जन्मखूण होती कोण जाणे! पण त्याला दृष्ट लागू नये म्हणूनच देवानं ती खूण रेखली असावी. मानसीची आणि त्याची दृष्टादृष्ट झाली आणि तो हसला. हातातली बॅग तो तिथेच ठेवत पुढं आला, ते थेट मानसीच्या शेजारी जाऊन बसला. मानसीनं संकोचानं अंग सावरलं. तो मोठ्यानं हसला.

"घाबरलात ना? हा अजब प्राणी कोण असं वाटलं ना? साहजिकच आहे. मी ओळख करून देतो माझी. मी संतोष! तुमचा एकुलता एक भाचा! लहानपणापासून मामाचं माझं ठरलेलं! त्यानं सुरेख वस्तू आणायची आणि मी ती बिनधास्त उपटायची! मामा रडायचा, मारायचा, भांडायचा! पण जय आमचाच! आजी म्हणायची, 'पोर आजोळी आलंय, रडवू नको रे त्याला!' मामासाहेब चिडायचे पण करतात काय! आजीच माझी बाजू घेणारी! मग जीत माझी हे ठरलेलंच!"

मानसी हसली. तिच्या हसऱ्या चेहऱ्यावर संतोषची नजर खिळली होती.

"मामा काश्मीरहून आला. माझ्यासाठी खूप भेटी आणल्या, पण मुख्य गोष्ट लपवूनच ठेवली. का सांगा?" त्यानं मानसीला विचारलं.

"का?" अभावितपणे ती उद्गारली.

"त्याला भीती वाटली की, हा उतावळा भाचा भलताच हट्ट करायचा! कसं?"

मानसीच्या हातावर टाळी देत तो मोठ्यानं हसला. त्या स्पर्शानं मानसी चमकली. लाख बकुळफुलं अंगावरून ओघळावी असा शहारा मनात उमटलेला जाणवला. ही मोठी माणसं! असं, इतकं मोकळं वागणं, याची मानसीला सवय नव्हती.

"अरे संतोष, हळदीचा मुहूर्त आला जवळ. चल बघू बाहेर! आल्या आल्या मामीशी दोस्ती झाली वाटतं?"

नीता- मानसीची नणंद- आत येत म्हणाली. माई म्हणाल्या,

"तो आहेच लाघवी."

त्यानंतर हळदीच्या अंगाची मानसी वेगळ्याच रंगात तरंगत होती.

स्वागत-समारंभ खूप थाटात चालला होता. कार्यालयाच्या आवारातील साऱ्या झाडांवर रंगीत दिव्यांच्या माळा चढल्या होत्या. बँडचा मंद सूर सारे वातावरण भारून टाकत होता. मोटारींच्या रांगा लागल्या होत्या. बाजूच्या कोपऱ्यात टेबलावर

बर्नर ठेवून त्यावर मोठी भांडी ठेवली होती. खमंग खाद्यपदार्थांचा वास सुटलेला होता. प्लेट्स, बाउल्स, चमचे, हलक्या आवाजात बोलणं! कुणी जेवण वाढून घेत होते, कुणी प्लेट्स घेत होते, कुणी ग्रुपनं प्लेट्स हातात घेऊन हसत-खेळत जेवत होते. मानसी-रितेनची जोडी बघून सारे कौतुक करत होते. 'रत्ना फेब्रिक्स'चे सारे स्नेही, व्यवसायी अगत्यानं हजर होते. मानसी थकून गेली होती. किती ओळखी! किती फोटो! तो जड शालू, अंगावरचे दागिने सारं कधी एकदा उतरवतो असं तिला झालं होतं. रितेन किती देखणा दिसतोय! त्याच्याकडे डोळ्यांच्या कोपऱ्यातून बघताना मानसीचं मन मोहरून येत होतं. 'हा आता माझा आहे' या अभिमानानं ती आतल्या आत फुलत होती.

संतोष आइसक्रीमची प्लेट घेऊन समोरून आला. ''अरे मामा, माझी इतकी नाजूक मामी थकली असेल असं तुला वाटत नाही? निदान आइसक्रीम खिलव. नाहीतर थांब! मीच देतो.'' संतोषनं चमच्यात आइसक्रीम घेतलं आणि मानसीसमोर धरत म्हणाला,

''घ्या.''

मानसी लाजली; पण त्यानं समोर धरलेला चमचा तिनं तोंड उघडेपर्यंत दूर केला नाही. रितेनकडे वळून तो म्हणाला,

''आता तुझा नंबर!''

त्यानं चमचा भरून आइसक्रीम घेतलं पण रितेनसमोर चमचा नेण्याऐवजी त्यानं तो स्वतःच्याच तोंडात घातला आणि मोठ्यानं हसून रितेनला म्हणाला,

''कसं चकवलं?''

आणि नंतर त्यानं चमचाभर आइसक्रीम रितेनच्या तोंडात घातलं. साऱ्या जमावात तो डौलानं वावरत होता. फिरत होता; हसत होता, ओळखी करून देत होता, घेत होता. एका सुरेख मुलीला धरून त्यानं मानसीसमोर आणलं. तिची ओळख करून देत म्हणाला,

''बघ स्वप्ना, माझी मामी! आता तुला समजेल सौंदर्य म्हणजे काय असतं! बघितलंस?''

त्या मुलीनं लाजून हसून मानसीला नमस्कार केला. संतोषनं फोटोग्राफरला बोलावलं.

''ए बाबा, इथे सौंदर्याचे तीन पुतळे उभे आहेत; पण त्यापेक्षा मी चांगला दिसलो तर तुझं खरं कसब!''

''संतोष, अरे किती तुझी गडबड?'' त्याची मैत्रीण म्हणाली.

''स्वप्ना, शादी किसीकी भी हो, अपना दिल गाता हैं, नाहीतर स्वतःचं लग्न असून, माझा मामा बघ, कसा गंभीर चेहरा करून उभा आहे! जसा काही संसार-

सागरात खरंच उडी मारतोय. अरे, मला जर इतकी सुंदर, नाजूक बायको मिळाली असती ना, तर मी या सोहळ्यात एवढा वेळ घालवलाच नसता. व्हॉट अ वेस्ट ऑफ टाइम!''

संतोष हसला. मानसी लाजली. रितेन म्लान हसला.

'याचं काय बिघडलंय?'

या विचारानं मानसी अवघडून गेली होती.

◆

महाबळेश्वरची थंडगार संध्याकाळ! धुक्यानं भरलेल्या त्या दऱ्या! एका बाजूच्या निवांत कोपऱ्यातला तो 'रत्ना मॅन्शन'! छोटे मालक नव्या नवरीसह येणार म्हणून साऱ्या नोकरांनी बंगला स्वच्छ करून ठेवला होता. मालकांची वाट बघत ते व्हरांड्यात कुडकुडत थांबले होते. म्हाताऱ्या वासूनं रितेनला अंगाखांद्यावर खेळवलं होतं. याच बंगल्याच्या आवारात छोट्या रितेनबरोबर तो लपंडाव खेळला होता. पाठीवर घेऊन फिरला होता. आज रितेनबाबाचं लग्न होऊन, नव्या नवरीला घेऊन तो येणार होता. त्या वेळेची वासू आतुरतेनं वाट बघत होता. दाराशी पाण्यानं भरलेली कळशी, तबक, निरांजनं तयार ठेवली होती. भाताचे मुटके एका ताटलीत ठेवून तो पुन:पुन्हा पारूबाईला सूचना देत होता.

रितेन-मानसीची 'मर्सिडीज' वाई सोडून घाट चढायला लागली होती. पुण्यातून निघताना साऱ्यांनी त्यांना चिडवून चिडवून भंडावून सोडलं होतं. सत्यनारायण पुजून झाला होता. ''साऱ्या गर्दीतून रितेन कधी एकटा भेटणार होता? तो असा गप्प, घुम्मा का झाला होता?'' निघताना पाया पडताना माई तिला जवळ घेऊन म्हणाल्या,

''पोरी, हे सारं वैभव तुझं आहे. सारं तुझ्यावरून कुरवंडून टाकलंय असं समज; पण - पण माझ्या रितेनला समजून घे, जप. घराण्याची अब्रू आज तुझ्या ओटीत घातली आहे.''

बाजूला नीता छद्मी हसत उभी होती. सारं वातावरण उगीचच गंभीर होतंय असं बघून मग संतोषच रितेनच्या कानाशी काही लाघट बोलला. मानसीच्या समोर उभा राहून तिचा हात हातात घेऊन म्हणाला,

''मामी, साऱ्या जगातल्या शुभकामना!'' आणि हळूच म्हणाला, ''जर मामानं खूपच त्रास दिला; तर मला हाक मारा. भाचा हजर.'' यावर सारेच हसले.

''रितेन, अरे सदू ड्रायव्हर बरोबर आहेच म्हणा; पण सांभाळून जा बाबांनो,

मला भीती वाटते. वाटेत घाट आहे मोठा. हळदीच्या अंगानं बाहेर पडताय.'' माई म्हणाल्या.

''आजी, अगं काय बोलतेस?'' संतोष म्हणाला.

''ते चाललेत मधुचंद्राला अन् सदू ड्रायव्हर मधेच कुठे पाठवतेस? मामा करतोय छान ड्रायव्हिंग. काय रे मामा? म्हणे सदू ड्रायव्हर ने! कबाब में हड्डी?''

यावर मानसी मनोमन लाजली.

सीटवर रितेनच्या कुशीत विसावलेल्या मानसीला हे सारं आठवत होतं. रितेनच्या शरीराचा स्पर्श - अंगातून झिरायला लागला होता. पहिला स्पर्श - जवळीक - आजवर सारं कल्पनेत रंगवलेलं सुनहरं स्वप्न - आता समोरून खुणावत होतं - मनात एक नाजूक लहर उमटवत होतं. तिनं सुखानं डोळे मिटून घेतले. आपला गाल लाडिकपणानं रितेनच्या खांद्यावर घासला. तिच्या भोवतीची त्याच्या हाताची पकड घट्ट झाली. तिच्या गालावर त्यानं आपले ओठ टेकवले. त्या हळव्या मोरपिशी स्पर्शानं मानसी शहारून गेली.

''मी आवडते का रे? खरं सांग!'' मानसी लाडानं म्हणाली.

''खूप! त्याशिवाय का इतका तुझ्यासाठी धडपडलो राणी? पण आता तू सांग, मी तुला खरंच आवडलोय का? की...'' त्याच्या ओठांवर बोट टेकवत खट्याळपणानं ती म्हणाली,

''त्याचं उत्तर नंतर देऊ की आत्ता?''

''मानसी, हे सारं आधी ठीक असतं; पण नंतर ते प्रेम तितकंच कोवळं उरत नाही. गुणापेक्षा दोष मोठे दिसायला लागतात. शरीरापलीकडे एक मन असतं! ते मन उदात्त असतं, क्षमाशील असतं, हळवं असतं, तसंच दुष्टही असतं. या साऱ्या नव्या नवलाईतून बाहेर आलं की, ते मन- ते मनच समजून घ्यायला हवं. ती मनं जुळायला हवीत- मग दोष गुणांसारखे वाटायला लागतात. तरच संसार फुलायला लागतो.''

रितेनकडे आश्चर्यानं बघत गालावर हात टेकवून मानसी म्हणाली,

''तुम्हाला बोलता येतं? मला वाटत होतं की माझं माणूस मुकंच आहे.''

''खूप बोलता येतं मानसी, खूप! पण असं एक दुःखं मनाच्या तळाशी साकळलंय की, त्याच्या आत सारे शब्दच अडून राहिलेत. तो दुःखाचा कातळ तू हलवू शकशील असं वाटलं, म्हणून तर तुझा ध्यास घेतला.'' रितेन हळवेपणात बुडून गेला होता.

''प्रेमभंग झालाय?'' खट्याळपणानं त्याचे केस आपल्या हातानं कुसकरत मानसी म्हणाली.

''तसं समज. एक खूप छान मुलगी भेटली होती. आणाभाका झाल्या होत्या,

गुणदोषांवर पांघरूण घालायची वचनं दिली घेतली होती. पण ऐनवेळी तिनं माघार घेतली.''

''पण का?''

''का? आता तुझी पण तीच परीक्षा ठरणार आहे. मनू, लग्नाआधी तुझ्याशी खूप बोलायचं होतं, सांगायचं होतं पण घरच्यांनी संधीच दिली नाही. मला समजून घे राणी.''

मानसी त्याला आवेगानं बिलगली. तिच्या केसांची सैलवर गाठ सुटली - सारे केस पाठीवर पसरले. त्या रेशमी लडीवरून हळुवार हात फिरवत रितेन तिला म्हणाला,

''घाबरण्यासारखं काहीच नाही मनू. तुला सुखी ठेवण्यासाठी मी सर्व काही तुझ्या पायाशी ठेवेन पण मला कधी टाकू नकोस. तूच जर टाकलंस तर मी हरवून जाईन गं! संपून जाईन!''

मानसीला त्या उद्गारांनी एकदम प्रौढ बनवलं. याला जपलं पाहिजे. फुलवलं पाहिजे. आता मोठं; मला व्हायला पाहिजे, याच्या दु:खाचा सलणारा सल हळुवार हातानं निपटला पाहिजे.

''प्रेमभंग अनेक होतात. आपला संतोषच बघा ना? तसं असावं माणसाचं. तुमच्या त्या मैत्रिणीपेक्षा मी सरस आहे ना? एक दिवस मलाच न्या तिच्यासमोर. मग समजेल तिला की तिनं काय गमावलंय. कळलं?''

त्याच्याकडे हसून बघत मानसी म्हणाली. तिचा चेहरा ओंजळीत धरून रितेन तृप्तीनं हसला. गाडीच्या हॉर्ननं ते सावरून बसले. मर्सिडीज सफाईदार वळण घेऊन 'रत्ना मॅन्शन'च्या दारात उभी राहिली होती.

◆

त्या दोघांना भूक नव्हती. तरी प्रेमानं, आग्रहानं जेवायला भाग पाडलं होतं वासूनं. नंतर त्यानं रितेन-मानसीच्या हातांत बेडरूमची चावी दिली आणि म्हणाला,

''सूनबाई - खरंतर मालकीणबाई म्हणायला पाहिजे असं तुम्ही म्हणाल पण मी सूनबाईच म्हणणार! मी अडाणी, मला समजलं तशी तुमची खोली सजवलीय. सुखी राहा!''

मानसीनं अभावितपणे त्याला नमस्कार केला. डोळ्यांतलं पाणी खांद्यावरच्या पंचानं टिपत वासू निघून गेला. चावी हातात धरून रितेन म्हणाला,

''चला मॅडम.''

मानसी मनोमन लाजून त्याच्या पाठीमागून चालू लागली.

रितेननं खोली उघडली. समोरचं दृश्य बघून दोघं थक्क झाले. मोठा पलंग; निशिगंधाच्या फुलांनी सजवला होता. पलंगाच्या कडेनं पांढऱ्याशुभ्र, घमघमणाऱ्या निशिगंधाच्या माळा लटकत होत्या. त्या साऱ्या मोठ्या बिछान्यावर गुलाबाच्या पाकळ्या विखुरल्या होत्या. चारही कोपऱ्यांतून मंद समया तेवत होत्या. मधल्या गोल मेजावर उदबत्तीचं चांदीचं भलं मोठं झाड उभं होतं. त्याच्या प्रत्येक पानातून उदबत्तीचा गंध उमलत होता. बाहेर दिवाणखान्यात, जेवणघरात मोठमोठी विजेची झुंबरं लखलखत होती. गेले आठ दिवस दिवे, रोषणाई, आवाज, गोंगाट यांनी भरून गेले होते. खोलीतला तो मंद उजेड, निशिगंधानं भारलेली ती खोली, त्यात उभे असणारे-तारुण्यानं, नव्हाळीनं निथळणारे, भारावलेले रितेन अन् मानसी! त्यांनी एकमेकांकडे एकाच वेळी पाहिलं. नजरेचा अर्थ समजून दोघं हसले. त्याच्या मिठीतून स्वत:ला सोडवून घेत मानसी म्हणाली,

''आलेच हं.''

बाथरूममधल्या भल्या मोठ्या आरशासमोर पांढऱ्यावर निळी फुलं असलेली 'नाइटी' घालून मानसी स्वत:लाच निरखत होती. आपल्या रूपावर आपणच खूश झाली. हसली. समोरची लाजरी छबी तिला खुणावत होती; तिला जीभ बाहेर काढून तिनं वेडावलं, वळताना मनाशी म्हणाली,

''बघू रितेन कसा खुलत नाही. म्हणे दु:ख सलतंय.''

रितेनच्या आतुर मिठीत ती आवेगानं शिरली. तिच्या डोळ्यांना, ओठांना, मानेला, कपाळाला त्याच्या ओठांचा उष्ण स्पर्श जाणवत होता. सारं शरीर पेटून उठलं होतं. एखाद्या वेलीसारखी ती त्याला लपेटली होती. श्वासांची गती वाढली होती. त्यानं आणखी जवळ घ्यावं यासाठी ती जास्ती जास्ती त्याला बिलगत होती. केशसंभार गळ्यात आला होता. आतुरतेनं ती रितेनला सर्वस्व देण्यासाठी वेडी झाली होती. ही रात्र तिची होती. या रात्रीसाठीच तर तिनं आजवर सारे आवेग सावरून धरले होते. कुणा पुरुषाला जवळीक करू दिली नव्हती. अनेक भुंगे तिच्याभोवती रुंजी घालून निघून गेले होते; पण मानसीनं जे जपलं ते फक्त या क्षणासाठी. आज ती मानसी नव्हती. फक्त अभिसारिका होती. प्रियकराच्या स्पर्शासाठी वेडी झालेली, गंधानं प्रमत्त झालेली प्रेयसी होती. या क्षणी तिला फक्त तो हवा होता - तो तिचा पती - प्रियकर - पुरुष - त्याच्या स्पर्शासाठी पेटून गेलेली ती स्त्री होती. रती होती. मदनगंधानं भारलेली लावण्यवती होती -

''रितेन - राजा.'' ओठ अर्धस्फुट बोलत होते. पण - पण एकाएकी तिला जाणवलं की, त्याची मिठी सैल होते आहे; तो तिच्यापासून दूर व्हायला बघतोय.

''काय झालं?''

घाबरून तिनं विचारलं. त्याचा पांढराफटक चेहरा बघून ती थरकून गेली. त्याच्या कपाळावर घाम डवरला होता. हात गार पडले होते. डोळे निस्तेज झाले होते. चेहरा पार उतरून गेला होता. त्याचं शरीर थंडगार झालं होतं. डोळ्यांत भीतीची स्पष्ट जाणीव उमटली होती. अचेतन पुतळ्यासारखा तो उभा होता. शरीराचा कंप मानसीला जाणवत होता.

''काय झालं? काय झालं सांगा ना हो!''

ती कॉटवरून खाली उतरली. छोट्या टीपॉयवर थंड पाण्यानं भरलेला काचेचा जग होता. त्यातलं पाणी ग्लासात ओतून घेऊन ती रितेनकडे धावली. तो पालथा पडून, उशीत तोंड खुपसून रडत होता. त्याला बसतं करून, पाणी पाजत ती म्हणाली,

''असं काय करता हो? मला भीती वाटते.''

त्याला बिलगून तीपण रडायला लागली. रितेनमधली चेतना, विचारशक्ती हळूहळू जागी व्हायला लागली. काय घडलं हे फक्त त्यालाच उमगलं होतं. तिचं मस्तक छातीशी कवटाळत तो म्हणाला,

''मनू, माझा अंदाज चुकला. मला माफ कर मनू. तुझा घोर अपराध मी केलाय. मला वाटलं होतं - मला वाटलं होतं...''

''काय?''

''तू - माझी पत्नी - तू जवळ आल्यावर तरी माझं शरीर जागेल. विश्वासानं, अपेक्षेनं बिलगणाऱ्या, केवळ माझ्यावरच अवलंबून राहणाऱ्या माझ्या स्त्रीसाठी; मी परत माणसात येईन. मनू मला माफ कर! माफ कर!''

''कशासाठी?''

''मी तुला सुख देऊ शकणार नाही. मनू सारं देईन, पण या एकाच ठिकाणी मी हतबल आहे. माझ्या साऱ्या आशा खोट्या ठरल्या गं! मला फार भीती वाटते मनू. मला समजून घे, संयमानं घे. सारं ठीक होईल.''

तो दीनवाणेपणानं बोलत होता. त्याचा अर्थच आधी मानसीला समजला नाही. शब्द कानांत शिरत होते; डोळ्यांना रितेन दिसत होता. नाकाला निशिगंध स्पर्शत होता. पण मानसी मात्र काष्ठवत झाली होती. सारा आवेश ओसरला होता. तो डोळ्यांवाटे पाझरत होता.

''मनू.'' तो शुष्क स्वरात बोलत होता.

''आज जे घडलं, त्याचा अर्थ तुला कदाचित समजला नसेल; पण मला समजून चुकलाय. मी अजूनी त्याच विळख्यात गुरफटलो आहे. आशा वेडी असते...''

उशीत तोंड खुपसून निस्त्राण होऊन पडलेल्या रितेनचे शब्द मानसीच्या कानांत

शिरत होते पण अर्थ लागत नव्हता.

"वेड्या आशेनं मी लग्न केलं. तू सर्वार्थानं सुंदर! एक शिल्पाकृती!! माझी असताना मी तुझ्यासमोर असा विकल होऊन पडलो आहे. लाज वाटतेय मला. माफ कर. मला वाटलं होतं... वाटलं होतं... मी फुलेन - माणसात येईन - नवजीवन सुरू करेन. ती भयाण काळोखी झटकून जाईल; पण नाही; मनू मी नियतीचा शिकारी ठरलो." त्याच्या हुंदक्यातून त्याचं बोलणं स्पष्ट समजत नव्हतं.

मानसी ताठरून उभी होती.

"आता तुझं काय होणार मनू? आज समजत नाही - एक काम करतेस? ती बॅग उघडून एक कंपोजची गोळी देतेस? प्लीज!..."

मानसी उठली. कंपोजची गोळी घेऊन रितेन झोपी गेला.

"गोळी घेऊन हा झोपू शकतो? माझं मन, माझं शरीर, सारं जागं करून हा झोपू शकतो, पण ही सारी कंपोजची बाटली घशात रिकामी केली तरी मी झोपू शकणार नाही."

मानसी त्या सजलेल्या पलंगावरून तिटकाऱ्यानं उठली. पाय, मन जडावलं होतं, शरीर थंडगार झालं होतं. समया विझत आल्या होत्या. तेलच संपलं होतं. आतल्या वाती सुकल्या होत्या. मानसीनं बेडलँप लावला. गॅलरीचं दार उघडलं. थंडगार धुक्याचा झोत आत आला. चुरगाळलेली नाइटी, त्याला चिकटलेल्या गुलाबाच्या पाकळ्या, गळयात आलेले मोकळे केस - भकास डोळे! मानसी तशा थंडीत समोर ठेवलेल्या वेताच्या खुर्चीवर कोसळली. किती वेळ गेला होता कोण जाणे. मन सुन्न झालं होतं. शरीर बधिरलं होतं. ती जागी झाली. समोरच्या दऱ्या चांदण्यानं निथळत होत्या. मानसीला भयानक थकवा जाणवत होता. एकटेपणाच्या जाणिवेनं ती आतून फुटून निघाली होती. रडू आवरता आवरत नव्हतं. थकण्यानं तिनं खुर्चीवर मान टेकवली. जे घडलं ते भयानक सत्य होतं, याची आठवण घेऊन ती मनोमन शहारली; पण त्या सत्यानं तिला पूर्ण विळखा घातला होता. प्राणपणानं मानसी तो विळखा सोडवणार होती.

'हे असलं जीवन पत्करायचं? का? कशासाठी?

म्हणे मला माफ कर -

याला कल्पना होती - अंदाज होता - पण आशा होती म्हणे.

म्हणून माझ्यावर प्रयोग केला?

याचं प्रेम आहे माझ्यावर! लाखातून मला शोधून पसंत केलीये म्हणे. मला बघून लग्नाला तयार झाला.

माझा बळी घेण्याचा याला अधिकारच काय?

म्हणे सारं वैभव तुझं -

पण त्याची किंमत सारा जन्म मी असा काढून मोजायची? नटायचं, सजायचं, मिरवायचं! सबनिसांची सून! मोठेपणा – वैभव - मान - सन्मान - चैन - आराम पण आतून पोकळ!

पोखरलेलं मन, शरीर घेऊन जगायचं?

त्यानं मला फसवलंय. मी हे सोसणार नाही. साऱ्या जगाला ओरडून सांगेन -

काय सांगशील -

कोणत्या शब्दांत बोलशील?'

या विचारानं मानसी दचकली.

'ते ऐकून सहानुभूती मिळेल? की हेटाळणी? की दुष्ट नजरांचे कटाक्ष?

मग?

डायव्होर्स! मागशील?

काल लग्न - आज डायव्होर्स!

आई? आई गं...'

मानसीला आईची विलक्षण आठवण आली. या क्षणी आईच्या कुशीत शिरावं असं वाटत होतं.

'बिचारी माझी आई! मुलीची पाठवणी करून नुकती घरात परतली असेल-तोवर माहेरी परतायचं? - काय सांगायचं - कोणत्या शब्दांत? असं दुःख की, ज्यावर उपाय नाही.'

"मानसी माझ्या रितेनला समजून घे गं!" माईंच्या विनवणीचा अर्थ आत्ता समजू लागलाय.

"मानसी, मला टाकू नकोस गं! तू टाकलंस तर मी संपेन. जपशील ना?" रितेननं गाडीत विचारलं होतं.

"पोरी, ज्या घरात दिलं, त्याच घरात मरायचं. माहेरचं नाव जप. दोष पोटात घाल. पांघरूण घाल." आईनं बजावलं होतं.

'नाही! ही शुद्ध फसवणूक आहे. स्वत:ची, सर्वांची.

मी जळत राहणार आणि हे सारे मिरवत राहणार!

रितेन, माई, नीता सारे यात सामील आहेत.

म्हणून तर लग्नाची घाई केली नसेल?

मागणी घालायला आले तेच साखरपुड्याच्या तयारीत!

माझे आई-बाबा साधे, सरळ! त्यांनी होकार दिला.

त्यांनीच का? मीपण भाळलेच होते. ते देखणेपण, उमदेपण, जिव्हाळा यात मीपण अडकले नव्हते?

मला कुठे कल्पना होती की, फुलांच्या या राशीत असा विखार लपला असेल. ते लोभस हसू, आर्जवी वागणं, अगत्य, आतिथ्य!

कसं समजावं अंतरंग?

अंतरंग! शरीर कमजोर असू शकेल पण मला फसवणारं हे अंतरंग? ते इतकं दुष्ट-लबाड-फसवं!'

या क्षणी मानसीला साऱ्या जगाचा विलक्षण तिटकारा आला होता. संताप आला होता. 'काय करू, काय नको?' तिनं दोन्ही हातांनी मस्तक दाबून धरलं होतं. तिला रितेनच्या बॅगेतली कंपोजची बाटली आठवली.

'साऱ्या गोळ्या घेऊन टाकाव्यात. शांत झोप लागेल. सारं दुःख ओठांच्या आत जिरून, विरून जाईल. तर्क करणारे करतील... होऊ दे बदनामी! म्हणे 'रत्ना फेब्रिक्सचे सबनीस'! हं! समजू दे सुनेचं दुःख!'

मानसी उठली, पण डोळ्यांसमोर अंधारी आली. ती परत खुर्चीत कोसळली. 'आई गं!' तिला आई आठवली. 'आई! माझ्या मरण्यानं आई संपून जाईल. सासर, माहेर उद्ध्वस्त होतील. रितेन जिवंत मरण भोगेल. एक माझा प्रत्यक्ष मृत्यू घडेल, पण नकळत साऱ्यांना जिवंत मृत्यू येईल.'

'त्यापेक्षा! त्यापेक्षा? हे सारं जहर मुकाट्यानं सोसावं-शरीरापलीकडे एक मन असतं-उदात्त, विशाल-ते जुळलं की संसार फुलतो.'

प्रवासात रितेन काय सांगत होता ते मानसीला आता समजत होतं. वयाच्या चोविसाव्या वर्षी हा उपदेश! तिचं मन रितेनच्या तिटकाऱ्यानं भरून गेलं होतं.

'आता समोर असता, तर फाडून खाल्लं असतं. तो तर शांत झोपलाय! मला उद्ध्वस्त करून! काय करू? कसं सोसू?'

विचारानं थकलेल्या मानसीची खुर्चीवर मान विसावली होती. तिला नकळत तिचे डोळे पेंगळून मिटून गेले. धुक्यानं तिला वेढलं होतं.

ती जागी झाली तेव्हा कोवळी सूर्यकिरणं दरीत उतरत होती, धुक्याच्या पडद्याआडून मानसीला जागवत होती. तिनं पाहिलं, तिच्या अंगावर कुणीतरी शाल घातली होती. गळ्याभोवती स्कार्फ गुंडाळला होता. रितेन! मानसीला कालची रात्र आठवली. संताप उसळून आला. आत जावं तर रितेन असणार! गॅलरीच्या खाली? प्रचंड दऱ्या! कुठे जाणार?

मानसी हळूहळू उठली. पायांत शक्ती नव्हती. ती तशीच थरथरत्या पावलांनी दरवाजा उघडून आत गेली. खोलीत कुणीच नव्हतं. तिला बरं वाटलं. पण त्याला चुकवता येणार नव्हतं. तिनं बाथरूमचं दार उघडलं. गरम शॉवरखाली स्नान आटोपलं. बॅगेतली साधी साडी काढून नेसली. मोठ्या आरशासमोर उभं राहून तिनं कपाळावर कुंकू रेखलं. मंगळसूत्र गळ्यात चढवलं. सौभाग्याची सारी लेणी, साज

लेवून ती उभी होती. स्वत:च्या रूपाकडे बघून ती खिन्न हसली. मानसी सबनीस! अंहं! सौ. मानसी सबनीस. केवढा रुबाब! केवढं दारुण सत्य! कारुण्याची झालर लावून नटलेलं सत्य!

इतक्यात दरवाजा उघडला. ती दचकली. चहाचा ट्रे घेऊन वासू आत येत होता. तो मायेनं, कौतुकानं नव्या सूनबाईला बघत होता. ओठानं देवाचं नाव घेत होता.

"सूनबाई, रितेनबाबा फिरायला गेला केव्हाच. किती दिवसांनी असा आनंदी बघितला आणि जीव भांड्यात पडला. फार हळवं पोर बघा! त्या मानानं नीताबाई- खूप वस्ताद पोरगी."

'रितेन... आनंदी? हो! असणारच. बळी कसा शांतपणे घेतला!' मानसी गप्पच होती. आपण फार बोललो असं वाटून वासूच म्हणाला,

"चहा घेताय ना?"

टी-कोझी दूर करून, त्यानं किटलीतून वाफाळलेला चहाचा कप कोचावर बसलेल्या मानसीच्या हातात दिला. अवघडून उभ्या असलेल्या वासूकडे हसून बघत मानसी म्हणाली,

"वासूमामा, आता मीपण फिरून येते. तोवर पारूबाईकडून खोली साफ करून घ्या. खूप त्रास घेतला तुम्ही!"

"तुम्हाला आवडलं ना? मग त्रास कसला? बाई, अशीच सून या वास्तूला हवी होती. रितेनबाबा परदेशात गेला होता. मला आपली भीती! गोरी मड्डम घेऊन आला तर? पण नाही. चांगलं वळण आहे त्याला. मी मात्र हे लग्न ठरल्यावर पाच नारळ दिले गणपतीला."

मानसी हसली. तिला फाटकापर्यंत पोचवायला वासू आला होता. समोरचा रस्ता दाखवून वासू म्हणाला,

"याच रस्त्यानं रितेनबाबा गेलाय. वाटेत भेटेलच आणि एकट्याच दूरवर जाऊ नका हं, की मी येऊ?"

तो सोबत येईल या भीतीनं-

"नको नको. मी जाईन ना!" मानसी गडबडीनं म्हणाली. तिनं कानांवरून पदर लपेटला. स्वेटरचे घडी केलेले हात सोडवले आणि चालायला लागली.

समोर लांबसडक वाट पसरली होती. हिरव्या वनराईमधून सरळ गेलेली ती वाट- निर्मनुष्य-एकाकी. सभोवती निसर्गानं शतरंगानं सौंदर्य उधळलं होतं. कोवळी किरणं पानापानांवर लखलखत होती. मधेच पक्ष्यांची किलबिल ऐकू येत होती. कडेनं खोल, काळ्याभोर दऱ्या पसरल्या होत्या. मधूनच डोंगरांची दूरवरची निळसर रांग नजरेत भरत होती. सारं आकाश कोवळेपणानं उमलत होतं. वातावरणाचा गंध

भारून टाकणारा होता.

असंच तर जीवन असतं- सारे रंग, गंध, नाद, स्वर सभोवती लवलवत असतात. मुक्तपणानं त्यांची उधळण करत असतात. समोर एक लांबसडक वाट खुणावत असते. ते असतं जीवन! वाटेत झाडं सावली देतात, पक्षी रिझवतात. निर्झर गुणगुणतात. आकाश कधी सावली धरतं, कधी भाजून काढतं, कधी प्रेमानं ओथंबून ओघळतं- गोंजारून जातं. साथ भेटते-तुटते. पण कुणीच कुणाचं नसतं. शेवटी माणूस एकटाच असतो. एकटा-माझ्यासारखाच!

एका दरीच्या टोकावर कठडा करून बसण्यासाठी बाक केला होता. त्यावर बसलेली मानसी विचारात हरवून गेली होती. समोर पसरलेल्या खोल दरीत जीवनाचं उत्तर शोधत होती.

किती वेळ गेला होता कोण जाणे! ऊन जाणवायला लागलं होतं. अंगात ऊब यायला लागली होती. विचारात हरवलेली मानसी दचकली. कुणीतरी पाठीशी उभं होतं. त्याची सावली समोरच्या जमिनीवर पडली होती. तिनं वळून मागं बघितलं- अंगात निळा पुलओव्हर, गळ्याभोवती सफेद रंगाचा मफलर गुंडाळलेला, थकलेला रितेन तिच्याकडे बघत उभा होता. देखणा दिसत होता.

'हं, याच रूपानं भुरळ घातली होती. खोटारडा, फसवा, स्वार्थी भेकड.'

एक ना दोन अनेक शब्द ओठावर आले होते. त्यांना मागं परतवून मानसी उठली आणि त्याच्याकडे पाठ फिरवून चालायला लागणार, तोवर रितेन पुढं झाला. तिचा हात धरून त्यानं हाक मारली,

"मनू, थांब."

झटक्यानं हात सोडवून घेत ती म्हणाली,

"मी थांबते, पण हात सोडा."

"मनू, इतका राग धरू नको गं!"

"राग धरून काय करणार आहे? कुठे जाणार आहे, सांगा." मंगळसूत्र दाखवून ती म्हणाली-

"हा दोरखंड गळ्यात बांधलात ना? जन्माची दासी विकत घेतलीत पैशाच्या जोरावर. सौंदर्याचं प्रदर्शन करून!"

संतापानं तिला बोलता येत नव्हतं. किती बोलू किती नको असं वाटत होतं. पण तो तिचा स्वभाव नव्हता. शब्दच आठवत नव्हते. तिच्या खांद्यावर हात ठेवून तिला बाकावर बसवत रितेन म्हणाला,

"मनू, तुझा संताप स्वाभाविक आहे. निराशा, अपमान यानं तुझं मन या वेळी भरून जाणं हे नैसर्गिक आहे. मी तुझ्यावर रागवत नाही. मनू, पण आधी शांत हो. इतकं संतापणं तुझ्या नाजूक प्रकृतीला मानवणारं नाही. आणि तुला मी विकत

थोडंच घेतलंय? तू नुसतं मला सांग, मी तुझी या लग्नातून सुटका करतो.'' रितेन शेजारी बसून हळुवार सुरात बोलत होता.

"सुटका करणार? कशी? होईल ती मानहानी सोसण्यासाठी. मला मोकळं करणार! स्वत: मोठेपणा घेणार. पंख छाटणार आणि रित्या आभाळात मोकळं सोडणार? माझं काय करणार आहात?"

तिचा हात हातात धरून, त्यावर दुसऱ्या हातानं हळुवार थोपटत रितेन म्हणाला, "मनू, तू म्हणशील तेच करेन. बदनामीला घाबरू नकोस. ते सारे घाव मी सोसेन. तुला जर हे सोसवत नसेल, अशी तडफडत, तळमळत जगणार असशील तर... तर..." एक अवंढा गिळून तो म्हणाला,

"मी स्वत: तुझं लग्न लावून देईन. तू माझं सर्वस्व आहेस. माझं प्रेम आहेस. स्वप्न आहेस. तुझं दु:ख मला सहन होणार नाही.''

"एवढं होतं, तर आधी का गप्प बसलात? का मला सांगितलं नाहीत? आता माझी आई म्हणेल, गांधारीनं नाही जन्माचं आंधळेपण स्वीकारलं? सासूबाई म्हणतील, द्रौपदीनं नाही सासूची आज्ञा प्रमाण मानली? समाज आदर्श सांगेल अग्निदिव्य करणाऱ्या सीतेचा! तुम्ही दाते ठराल आणि मी? शरीरसुखासाठी आसुसलेली विषयी स्वैरिणी? दुसरं लग्न? आणखीन एक प्रयोग? एक आंधळा विश्वास- अन् पुन्हा सफाईदार विश्वासघात! कुणी सांगावं? का? का असं वागलात? सांगा हो. भीतीनं, लाजेनं मी गुदमरून जातेय.''

बोलता-बोलता मानसी रडू लागली. तिचं मस्तक नकळत रितेनच्या छातीवर विसावलं होतं. तिच्या अश्रूंनी त्याचा पुलओव्हर भिजत होता. रितेनचे अश्रू तिच्या केसांवर ओघळत होते. सारा निसर्ग स्थिर, निश्चल उभा होता. आजवर अनेक प्रणयी युगुले तिथे येऊन बसून गेली होती. त्यांचा मुक्त प्रणय निसर्गानं बघितला होता. ते बघूनच तो खुलला होता- आकाशानं धरतीला कवेत घेतलं होतं. वृक्षांनी वेलींना कवटाळलं होतं. दऱ्यांमधून निर्झर खळखळत प्रीतिगीत गात बेभान बनले होते. पक्ष्यांनी चोचीत चोच मिसळून खुशीत शीळ घातली होती. पण आज हे अजब युगुल निसर्ग प्रथमच बघत होता. कालची नवलाईची रात्र अजून सरायची असेल, त्याचा थकवा उतरायच्या आत ते दोघं रडत होते. एक पक्षी आर्त चित्कारत ओरडत उडाला; तसा रितेन सावरला. त्यानं मानसीला बसती केली. रुमालानं तिचे डोळे पुसले आणि म्हणाला,

"मनू, सारं सांगतो. ती कहाणी आधी ऐक. मग जो निर्णय घेशील तो मान्य करूनच इथून आपण निघू. सारं माझ्यावर सोपव. फक्त इतका विश्वास बाळग की, तुला मी सुखी झालेलं बघेन. सारे काटे मी झेलेन पण तुझी वाट फुलांनी भरलेली असेल. अशी अकाली प्रौढ बनू नकोस. हास! विश्वासानं हास! माझ्यासाठी हास!!''

मानसीनं नजर वर केली. नजर नजरेला मिळाली. त्या नजरेत साऱ्या विश्वासातला विश्वास, तिची आर्जव करत होता. ती आवेगानं त्याला बिलगली-

"मला काहीच समजत नाही. मी नेमकं काय गमावलंय, काय मिळवलंय ते समजायचं माझं वयच नाही. 'ज्या' सुखाची ओळख तुम्हीच करून द्यायची असते; त्याची चवच मला ठाऊक नाहीये. मला कुठे काय समजलंय? कल्पनेतलं जग झिरझिरीत पडद्याआड लपलंय. मला दु:ख त्याचं नाही. डोळे जन्मत:च नसले तर माणूस आंधळेपण स्वीकारतोच ना? कारण त्याला अंधाराचीच ओळख झालेली असते. बाहेरचं सुनहरं जग त्याला ठाऊक नसतं. माझं तसंच होईलही, पण मला संताप आलाय फसवणुकीचा- आपल्या दुर्दैवाचा- मानभावीपणाचा!" ती तुटक तुटक बोलत होती.

तिच्या केसांवरून हात फिरवत तो म्हणाला,

"मी फसवलं नाही मनू, पण मलातरी कुठे काय समजलं होतं? खूप आशा होती. मी सारं सांगेन. धीरानं घे मनू. तुझा संयमच कदाचित यातून आपल्याला बाहेर काढेल. मनू, या शरीरापलीकडे एक मन असतं. ते मन विचारांना संयमानं दिशा दाखवत असतं. रोज शरीरसुख भोगूनही मनानं अनेक योजनं दूर असणारी जोडपी या समाजात जास्ती असतात."

तिच्या कंबरेभोवती हात घालून रितेन चालता-चालता बोलत होता.

"त्यांचं मीलन, फक्त शरीराचं मीलन, एक गरज ठरते तीच गरज दुसऱ्या ठिकाणी पूर्ण होत असेल, तर त्या संधीचा ते सहज फायदा घेतात. कारण मनानं ते कधी एकरूप झालेलेच नसतात. तो संसार म्हणजे एक देखावा. एक सुरेख नाट्य असतं. पण मनू, मनानं एकरूप होऊनही शरीरानं अनेक योजनं दूर असणारे प्रेमिकही थोडे नसतात. त्यांच्या मीलनाला विरहाचा शाप असतो, पण मन तो शाप ओलांडून कधीच दुसऱ्या मनात पूर्णपणे मिसळलेलं असतं."

ते ऐकून मानसी हसली. "तसलं दिव्य, भव्य प्रेम कथा-कादंबऱ्यांतून वाचावं, काव्यातून अनुभवावं, गजलांमधून गावं. अहो, आपण पती-पत्नी रोज एकत्र येणार. रात्री एकत्र घालवणार आणि मनाच्या मीलनाच्या कल्पनेत जगणार. जगू शकू?" त्याच्याकडे रोखून बघत ती म्हणाली. ते ऐकून रितेन मोठ्यानं हसला.

"रिकाम्या पोटी उपदेश करतोय असं वाटतंय ना? तुझ्याकडे मी दया मागत नाही. वेडे, खूप लहान आहेस तू. अजून जग तू बघितलेलं नाहीस. हळूहळू समजेल. चल बघू भराभर. मस्तपैकी जेवू. भूक लागलीय. दुपारी छान झोप काढू. रात्र आपलीच आहे."

"रात्र? फक्त बोलायसाठीच ना?" खोचकपणानं ती म्हणाली. रितेननं हसून तिला जवळ ओढलं. एकमेकांना बिलगून येणाऱ्या त्या दोघांना बघून वासू समाधानानं

हसला. आतमध्ये जाऊन जेवण वाढण्याची एकच गडबड त्यानं उडवून दिली.

◆

रात्रीची शांत वेळ. सारं महाबळेश्वर धुक्याच्या, थंडीच्या दुलईत विसावलं होतं. रितेन आणि मानसी समोरासमोर बसले होते. स्टँडलँपच्या मंद प्रकाशानं खोली उगीचच गंभीर झाली होती. सोफ्याच्या बाजूलाच प्रशस्त पलंगावर शुभ्र चादर व त्यावर दोन मोठाल्या उश्या ठेवल्या होत्या. पायाशी सॅटीनच्या उबदार रजया घडी करून ठेवल्या होत्या. वासूनं चाफ्याची पिवळीधमक फुलं मधल्या टेबलावर एका काचेच्या वाटोळ्या भांड्यात ठेवली होती. त्याचा वास मधूनच घमघमून स्पर्शून जात होता.

मानसी आता बरीच सावरली होती. अंगात हिरव्या रंगाचा हाउसकोट, केसांची सैलसर गाठ, त्यावर पारूबाईनं दिलेला जुईचा गजरा- मानसी विचारात हरवून गेली होती.

'हा मला काय सांगणार आहे? एक कहाणी? कदाचित एक अपघात! ते सांगून हा काय साधणार आहे? माझी सहानुभूती किंवा जन्मभर गौप्य राखण्याचं वचन? हं -'

मानसीनं तो विचार दूर सारला. झटकून टाकला. तिनं समोर बघितलं. रितेन विचारात हरवून गेलेल्या त्या सौंदर्यशिल्पाकडे बघत होता.

'किती निरागस, साधी, सात्त्विक आहे ही! मी हिच्यावर घोर अन्याय केला आहे. खरंतर या मुग्धेनं आता कुठे उमलायचं, फुलायचं आहे. तिच्या प्रियकरानं नाजूकतेनं या मुग्ध कळीच्या पाकळ्या उमलवायच्या आहेत. तिचं खरं सौंदर्य त्यानंतर तर खुलणार आहे आणि मी— मी तिला काय ऐकवणार आहे? जे ऐकून ती पार हरवून जाईल!' रितेनला त्या क्षणी स्वत:चा विलक्षण तिटकारा आला.

'मी तिला आधीच सर्व सांगायला हवं होतं. पण डॉक्टर म्हणाले होते...'

मानसी त्याच्याकडे बघत होती.

''मनू, इथं शेजारी बैस ना.''

मानसी निस्तेजपणानं उठली आणि त्याच्या शेजारी जाऊन बसली. आता त्यातली ओढ संपली होती. एकदम रितेननं बोलायला सुरुवात केली.

''मनू, तू लहान आहेस, पण समजू शकशील असं वाटतं. स्त्री-पुरुषाचं नातंच वेगळं आहे; अपूर्व आहे; नवलाचं आहे. शिव-शक्तीच्या संयोगानंच मनुष्य जन्माला आला. सौंदर्याच्या एका साक्षात्कारी क्षणातून माणूस घडला, असं आपण

मानतो. ते मीलन दोन मोठ्या शक्तींचं मीलन आहे. सुंदरता आणि शक्तीची एकरूपता आहे. स्त्री-पुरुषाचं मीलन हीसुद्धा एक सुंदर, नाजूक, हळव्या क्षणांची भेट होणं असतं. तो क्षण; एकमेकांना समजून उमजून सर्वस्व देण्याचा क्षण असतो. नाजूक, तसाच भावनांनी आसुसलेला क्षण! शिव-शक्तीचं जे बीज मानवात साकारलेलं असतं, ते एकमेकांना देण्याचा, पारखून घेण्याचा तो क्षण असतो. कारण यातून एक नवीन विश्व पुन्हा आकार घेणार असतं. मनू, फार उच्च बोलून तुला कोड्यात टाकतोय असं समजू नकोस. तू शिकलेली आहेस, वाचन भरपूर केलं आहेस, म्हणून मी बोललो.''

''पण मी - मी - असलं कधी वाचलंच नाही.'' मानसी मधेच म्हणाली.

''तसं वाचून जीवन कधी समजतच नसतं. नाहीतर सारे लेखक, सारे वाचक ज्ञानेश्वरच बनले असते. खरं ना?'' मानसी रितेनच्या बोलण्यावर हसली.

''मनू, मी बारा-चौदा वर्षांचा असेन. माझी एक विधवा आत्या निराधार होऊन आमच्या घरी राहायला आली. बाबांची एकुलती एक बहीण, आईची लाडकी नणंद, माझी आत्या! ती आमच्या परिवारात आली, म्हणून सर्वांनीच तिला आपलं मानलं. आमच्या कुटुंबात ती सहज मिसळली. आईची जबाबदारी कमी झाली. नीता आणि मी आत्याला बिलगलो.''

''मग, त्या लग्नात कुठे दिसल्या नाहीत?'' मानसीनं मधेच विचारलं.

''ती कशी येणार? आधी सारं ठीक होतं. तिचा मी नीतापेक्षा लाडका होतो. माझं सारं ती करायची. माझं खाणं, जेवणं, खेळणं, हसणं कौतुकानं बघायची. माझ्यासाठी राबण्यात तिला विलक्षण आनंद वाटायचा. आई कौतुकानं म्हणायची, ''देवकीनं कृष्णाला जन्म दिला फक्त, पण वाढवलं यशोदेनं - तस्सं झालंय बघा वन्स.'' यावर आत्या म्हणायची, ''पण कृष्ण द्वारकेचा राजा झाला तेव्हा यशोदेला दुरावला. जेव्हा रितेन मोठा होईल, बायको आणेल, तेव्हा आत्याला विसरेल. होय ना रे?'' माझ्या गालाची पापी घेत आत्या म्हणे. मी तिला जास्तच बिलगत असे. माझं मस्तक आपल्या छातीशी घेऊन कितीवेळ ती मला कुरवाळत बसे. बाबा म्हणायचे, ''बिचारी शांता- स्वत:ला मूल नाही, म्हणून सारं प्रेम रितेनवर उधळतेय.'' हे दोन वर्षं ठीक होतं. मी बारावीत गेलो. आत्याच्या खोलीतच माझी स्वतंत्र कॉट असायची. एके रात्री!- एके रात्री!''

''काय झालं?''

''मी कशानसं जागा झालो. घाबरून ओरडणारच होतो. तोच तिनं हातानं माझं तोंड दाबून धरलं.''

''कोण होती ती?''

''आत्या! मी डोळे उघडले. केस गळ्यात पसरलेले, डोळे तारवटलेले,

त्यांमध्ये एक विलक्षण उन्मादक चमक, अशी ती, माझ्या कॉटवर बसून मला बघत होती. मी भेदरलो, तिला काही विचारणार तोवर एखाद्या घारीनं भक्षावर झडप घालावी तशी तिनं माझ्यावर झडप घातली. मला कशाचाच काही अर्थ समजत नव्हता. माझं शरीर, माझं उरलं नव्हतं. त्याचा संपूर्ण चोळामोळा झाला होता. साऱ्या अंगातून वेदना जाणवत होती. कशाचीच संज्ञा उरली नव्हती. राग, भीती, आश्चर्य साऱ्यांच्या पलीकडे मी पोचलो होतो.

"थोड्या वेळानं ती शांत झाली. आपले कपडे सावरत उठून आपल्या कॉटवर जाऊन पडली. ती गाढ झोपली, पण मी मात्र तळमळत होतो."

"मग आईंना का सांगितलं नाही?" रागानं मानसीनं विचारलं.

"दुसरे दिवशी सकाळी तिनं मला पूर्वीसारखं जवळ घेतलं, गोंजारलं. रात्रीचं विसरून जायला सांगितलं. देवाची शपथ घातली. मी चुपचाप शाळेला निघून गेलो. मन फार अस्वस्थ होतं. ते व्यक्त करण्यासारखं जवळचं कुणीच नव्हतं. आत्या आल्यापासून आई दुरावली होती. तिचं स्टेटस, तिचे क्लब्स, पार्ट्या यांतून ती भेटणं मुश्कील होतं. नीता सासरी गेलेली. ती तिच्या मैत्रिणी, शॉपिंग, पिकनिक्स यात गुंग! आत्याच सारं घर सांभाळत होती. दिवसा आईचं रूप घेत होती. रात्री - रात्री हर तऱ्हेनं आपला दाह माझ्यावर ओतत होती. त्यात मी जळत होतो. करपत होतो; पण बोलू शकत नव्हतो. आई तिला यशोदामाई म्हणायची; पण यशोदेचं रूप धारण केलेली ती राक्षसी होती, हे मी कसं, कुणाला सांगणार होतो? दिवसभर तिचे गरगरणारे डोळे आठवत असायचे. तिनं गाजवलेला अधिकार आठवून सारं शरीर भीतीनं चेतनाहीन बनायचं. दिवसेंदिवस मी रोडावत चाललो, खुरटत चाललो. तिथून पळून जावं असं वाटायचं."

"एकदा मी धीर करून आईला म्हणालो, मला रात्रभर अभ्यास करावा लागतो. आत्याला उजेडाचा त्रास होतो. मला दुसरी खोली दे. निदान परीक्षेपुरती!" आईनं उत्तर देण्याआधीच आत्या डोळे पुसत, हुंदके देऊन रडायला लागली."

"मी म्हणाले नाही वहिनी? काही दिवसांनी सारेच मला कंटाळणार. माझं कोण आहे या जगात? एकटी, फार एकटी आहे. रितेनपण दूर जायला कारण शोधतोय." तिचं रडणं बघून आई कळवळली. माझ्यावरच रागावली.

त्या रात्री आत्या मला म्हणत होती, "राजा, जे घडतंय ते वाईट नाही. आज तुला समजत नाही, पण काही दिवसांनी तुलापण समजू लागेल, पण मला एकटं सोडू नकोस." ती तऱ्हेतऱ्हेनं अधिकार गाजवत होती. स्वत:चा दाह शांतवत होती. मला संपवत होती. परिणाम एकच झाला. मी खूप अशक्त झालो. शरीर, मन उभारी धरेनासं झालं आणि मी नापास झालो. तो रिझल्ट आईला रात्री समजला. सकाळपासून ती घरात नव्हती. रात्री आल्याबरोबर नीतानं ती बातमी आईला दिली.

सबनिसांचा मुलगा नापास होणं हे आईच्या स्टेटसमध्ये न बसणारं होतं. तिनं रागारागानं माझ्या खोलीचा दरवाजा उघडला.

त्या रात्री कडी लावण्याचं भान आत्याला उरलं नसावं. मी दिवसभर अंथरुणात पडून होतो. नापास होण्याचं दु:ख, कारणं आठवत अशक्त शरीरानं, थकल्या मनानं मी तळमळत होतो. माझं सांत्वन करण्यासाठी ती माझ्याजवळ आली, माझे डोळे पुसले, धीर दिला. जवळ घेतलं आणि मला नकळता माझ्यावर झडप घातली. तिच्यावरचा तिटकारा माझ्या मनात आता पूर्णपणे भरला होता. आज तो शिगेला पोचला होता. मी प्राणपणानं तिला ढकलू लागलो, चावू लागलो. पण तिला मला आवरता येत नव्हतं.''

''नेमकी त्याच वेळी आई खोलीत आली. जे तिनं बघितलं, ते तिच्या कल्पनेपलीकडे भयानक होतं. तिनं संतापानं आत्याच्या केसाला धरून खेचलं - मारलं आणि तशा अंधारातच अंगावरच्या वस्त्रानिशी तिला घराबाहेर घालवलं.''

''बरं झालं.'' मानसी नकळत उद्गारली.

''पण मनू, फार उशीर झाला होता. त्यानंतर मी आजारी पडलो. ताप उतरत नव्हता. आई, नीता काळजीनं माझी सेवा करायच्या, पण त्यांचा स्पर्श मला नको वाटायचा. रात्रपाळीसाठी नर्स ठेवली होती. ती रात्रभर खुर्चीत बसून असे. मधेच माझ्या कॉटवर बसून थर्मामीटर लावत असे, थंड पाण्याच्या घड्या ठेवत असे. पण ती जवळ बसली की, मी घाबरून जायचो. ते डोळे, तो उन्माद, ती वेदना, ते गुदमरणं सारं आठवायचं, मी बरा झालो मनू, पण स्त्रीजातीची विचित्र घृणा माझ्या मनात उत्पन्न झाली होती. आई, नीता, आत्या साऱ्या स्त्रियाच! पण स्त्रीत्वाचं निखळ दर्शन त्यांच्यामध्ये मला कधी झालंच नाही. जाणवलंच नाही.''

''त्यानंतर मी पुण्याला होस्टेलवर राहिलो, शिकलो. मुली माझ्या देखणेपणावर, श्रीमंतीवर भाळून माझ्याभोवती पिंगा घालत; पण मला तिटकारा यायचा. या साऱ्या नाचरेपणाचा शेवट - अर्थ - हेतू एकच असणार होता. मनाचं सौंदर्य, मला समजून घेणारी स्त्री, नाजूक, हळुवार स्त्री मला हवी होती. जी कुशलतेनं या घृणेवर मात करेल. मनानं एकरूप होईल! म्हणूनच तू आवडलीस. तुला काश्मीरमध्ये बघितलं- आणि विश्वास वाटला की हीच स्त्री- जिचा मला ध्यास होता! जे माझं स्वप्न होतं!''

''पण समजा, जर मधल्या घटना घडल्याच नसत्या, तरी आपण शरीरानं प्रेम व्यक्त केलंच असतं. अशा वेळी मनानंही एक झालोच असतो ना? मग मनाची जवळीक होण्यासाठी तरी शरीराचं माध्यम असावं लागत असेल असं नाही वाटत तुम्हाला?'' मानसी आवेशानं म्हणाली. ''नुसतं शरीर किंवा नुसतं मन एकरूप होणं हे दोन वेगळे प्रकार का मानावे?''

तिला जवळ ओढून घेत कौतुकानं रितेन म्हणाला, ''म्हणूनच तू मला फार

आवडलीस. तू सुशिक्षित आहेस, बुद्धिमान आहेस. आपलं लग्न ठरण्यापूर्वी-काश्मीरहून आल्या आल्या मी डॉक्टरांना भेटलो. आयुष्यात प्रथमच मी त्यांना सारं सांगितलं. कारण माझी मला उगीचच भीती वाटत होती. ही विचित्र भीती मी कधी विसरणार होतो का? मनानं, शरीरानं कधी फुलणार होतो का?''

"ते काय म्हणाले?'' मानसीनं कुतूहलानं विचारलं.

"ते म्हणाले, काळजी करू नका. स्त्रीजातीची भीती, घृणा वाटावी असंच तर सारं घडलंय. पण तुमच्या जीवनात खरोखरच कुशल, हुशार स्त्री आली तर तुम्ही यावर मात करू शकाल. तुम्हाला फुलवण्याचं कौशल्य; त्या स्त्रीत मात्र असलं पाहिजे!''

"म्हणून सांगतो मनू, संयमानं, विचारानं घे. हा एक दुर्दैवी अपघात आहे. दुर्दैवानं आपण त्यात सापडलो आहोत, तसेच बाहेरही येऊ कदाचित! पण मी तुला फसवलं, हे आधी मनातून काढून टाक.'' तिला जवळ घेत तिच्या माथ्यावर आपले ओठ टेकवत रितेन म्हणाला.

"कंपोजची गोळी देऊ?''

"आज जरूर नाही.'' हसून रितेन म्हणाला. आज मन हलकं झालंय. सारा निर्णय तुझ्या हाती सोपवून मी निश्चिंत झालोय. तू जे म्हणशील, तेच आपण करू, पण माझं स्वप्न असं कोमेजता कामा नये.''

मानसीनं त्याच्या अंगावर रजई घातली. ती बाथरूममधून बाहेर येईपर्यंत तो शांत झोपी गेला होता.

मानसीनं अंगावर शाल घेतली. गॅलरीचा दरवाजा उघडला.

◆

तीच जागा, तीच वेळ; पण आज तिथे बसलेली मानसी मात्र वेगळी होती. काल निराशा, अपमान, अपेक्षाभंग व विलक्षण कोंडमारा यांनी गुदमरलेली मानसी; आज उरली नव्हती. एक भयानक सत्य, संपूर्ण रूपात समोर उभं होतं. त्याला डिवचून दंश करून घ्यायचा की त्याच्यात पूर्ण मिसळून जायचं? या विचारात ती गुरफटून गेली होती. जर त्या सत्याला स्वीकारायचं ठरवलं, तर त्या दाहात जन्मभर ती जळणार होती. संपून जाणार होती. जर त्याला पाठमोरं व्हायचं ठरवलं, तर मग मागची तरी वाट कुठे ठाऊक होती? अंधार, काटे यांनी भरलेली ती वाट निश्चितपणे कुठे नेणार होती, हे तिला तरी कुठे ठाऊक होतं? कोण जाणे? यातून सुटका झालीच तर पुन्हा काय सामोरं येणार होतं?

त्यापेक्षा या सत्याला स्वीकारावं?

अग्निपरीक्षा होती खरी! जर त्यातून पार पडले, तर सुवर्णकांतीचं सळसळतं तेज लाभेलही! सीतेसारखंच त्या अग्निदिव्यातून बाहेर येता येईलही; पण त्यासाठी फार फार मोठ्या दिव्याला सामोरं जायला हवं होतं. सभोवती ऐश्वर्य, विलास, शृंगार सारे खुणावत असताना मन निर्लेप ठेवणं, सावरणं फार अवघड होतं. कुणा एका स्त्रीनं केलेल्या गुन्ह्याची सजा, दुस‍र्‍या एका स्त्रीला भोगावी लागणार होती.

संतापानं मानसीला हुंदका फुटला; सोसणं, भोगणं, जळणं, सारं आपल्याच वाट्याला का यावं? या दुर्दैवाचा अर्थ तिला समजत नव्हता. तिनं असहायपणानं खुर्चीवर मान टेकवली. नजर आकाशाकडे गेली. चंद्र आणि त्याच्याशेजारी एक टप्पोरा तारा नजरेत भरत होता.

'ही रोहिणी की शुक्र?'

कुणीही असो!

या प्रचंड आकाशात ते एकमेकांना शोधत फिरत असतात. क्वचित भेट होते ती तिथी, ती वेळ पंचांगात लिहिलेली असते, पण त्या धुंडणाऱ्या रोहिणीला वेळ, काळ, स्थळ ठाऊक नसतं. एकच ठाऊक असतं- की ते भिरभिरणं वाया जाणार नाही. मीलन होणारच. मग ते घडीभराचं का असेना? हा विश्वास तिच्या ठायी आला कुठून?

प्रेम! अंतरंगातलं प्रेम सारं करायला लावतं. विश्वास निर्माण करतं, संयम, बळ देऊन जातं, साऱ्यावर मात करायला शिकवतं. हे सारं मी ज्याच्यासाठी सोसणार, त्या रितेनवर माझं खरंच प्रेम आहे का? या विचारानं मानसी दचकली.

'प्रेम!' आयुष्यात आवडलेला पहिला पुरुष 'रितेन', ज्याच्यासाठी सारं आयुष्य झोकून दिलं, जीवन विश्वासानं ज्याच्या हाती सोपवलं, तो रितेनच होता. मग जर हे प्रेम खरंच असेल, तर मला यावर मात करता आलीच पाहिजे. सतीचं वाण आहे खरं! पण मी ते एकदा स्वीकारलंय ना? प्रेमासाठी माणूस सारं काही सोसू शकतो. ते बळ आपोआप लाभतं. लाभलंच पाहिजे.

पण यासाठी मधलं तारुण्य, भाव-भावना गिळून टाकाव्या लागणार. रितेनची सखी, सहचरी, सचिव, माता सारं व्हावं लागणार होतं. फक्त प्रेयसीची भूमिका विसरून जायचं होतं.

आई लहानपणी अनेक गोष्टी सांगत असे.

वडिलांसाठी त्यांचं म्हातारपण स्वीकारणारा पुरू तिला आठवला.

आंधळ्या पतीसाठी जन्मभर डोळ्यांवर पट्टी बांधून घेणारी गांधारी.

अग्निदिव्य, भूमी-प्रवेश करणारी सीता-

अनेक-अनेक आदर्श आई सांगायची.

कशासाठी हे आदर्श सांगतात? जे जगात कधी नसतातच!

जे माणसाचं मन पंगू करून टाकतात.

लाचार हसणारा धर्मराज, मानसीला कधीच आवडला नव्हता.

द्रोणाचार्यांना तिनं कधीच गुरू मानलं नव्हतं.

पण आता समोर असं जीवन उभं होतं की, ज्याच्यासाठी आदर्शवादाचा स्वीकार करायचा होता.

जमेल मला?

मानसीला हुंदका फुटला. तिचं तिलाच समजत नव्हतं. उद्या रितेन निर्णय विचारणार. काय सांगायचं?

माणसानं आत्मविश्वास निर्धारानं गोळा करावा! कोण जाणे, उद्या काय घडणार आहे?

मानसी खुर्चीवर विसावली होती. थंडीनं तिला घेरलं होतं. ती उठली, दरवाजा बंद करून खोलीत आली. रितेन शांत झोपला होता. मानसीचं मनही बरंचसं शांत झालं होतं. तिनं रितेनकडे बघितलं. दुलईत लपेटून, सारा निर्णय तिच्या हाती सोपवून तो झोपला होता.

रितेनविषयीच्या मायेनं तिचं मन भरून आलं. किती लहानवयात, यानं किती भयानक सोसलं. स्त्रीचं हिडीस, विकृत रूप बघून कुणीही भेदरून जाईल. स्त्रीत्वाच्या मंगलरूपाचा साक्षात्कार ज्या क्षणी त्याला होईल तेव्हाच त्याचं मन उमलेल. त्या भयानक ओझ्यातून तो मोकळा होईल आणि त्या स्त्रीचं रूप माझ्यात असायला हवं.

मानसी निश्चयानं उठली. तिनं सारं मन, शक्ती एकवटली होती. मानसीनं त्याच्या अंगावरची रजई नीट केली. सकाळच्या कोवळ्या किरणांनी दाराच्या फटीतून आत प्रवेश केला, त्या वेळी रितेन विश्वासानं मानसीच्या कुशीत विसावला होता.

नंतरचे चार दिवस रितेन, मानसी साऱ्या महाबळेश्वरात भटकत होते. गावाच्या मधेच असणारा तो तलाव, त्यामध्ये नौकानयन करणारे हौशी प्रवासी, ते टुमदार बंगले, लालभडक रस्ते, गर्द झाडी, दऱ्या, थंडगार सुखद हवा! सारं वातावरण मन प्रसन्न करणारं होतं. दिवस मजेत सरत असे. काश्मीरच्या आठवणीत दोघं रंगून जात. मानसीचं मोकळं वागणं, हसणं बघून रितेनही खुलला होता, तिचं प्रगल्भ मन समजून येत असतानाच, तिच्या संयमाचं त्याला कौतुक वाटत असे. 'या मुलीला' जपलं पाहिजे. जिनं माझ्यासाठी इतका संयम बाळगला, त्या मुलीला जपणं, सावरणं, सुखावणं ही रितेनला आलेली नवीन जाणीव होती.

पण रात्र जवळ आली की, मानसी धास्तावून जायची. उद्या पुण्याला परतायचं होतं. आजची रात्र ही महाबळेश्वरची शेवटची रात्र होती. तो बंगला मानसीला खूप

आवडला होता. तिथून जाणं जिवावर आलं होतं.

"आपण इथंच राहू या?" तिनं रितेनला बिलगून विचारलं.

"आणखी फक्त प्रेम करत दिवस घालवू या. असंच ना? राणीसाहेब, तिथे सारे वाट बघत असतील, कामं खोळंबली असतील. उद्या निघू आपण. चालेल ना?"

मानसी त्याच्या मिठीत होती. एक सुरेख शिल्प त्याला बिलगलं होतं. ती जडावली होती. रितेन तिच्याकडे भान हरपून बघत होता. ती गौर मान, फुगरे गाल, नाजूक जिवणी, रेखा आखावी इतके नाजूक ओठ- आतुरलेले, हे सारं बघता-बघता रितेनला एकाएकी घाम फुटायला लागला. डोळ्यांत भीती गोळा झाली. हातपाय थरथरायला लागले. सारं शरीर मरगळून गेलं. मानसीभोवतालची त्याची मिठी सैल झाली. मानसीचाही आवेग ओसरून गेला. ती सावध झाली. 'अखेर हे असंच चालणार का? याला किती समजून घेऊ? कसं समजून देऊ?'

थिजलेला रितेन थकल्या शरीरानं कॉटकडे निघाला होता.

"मी कसं वागायचं तेच समजेनासं झालंय. दूर राहावं तरी दुखावता, जवळ आले तरी दुखावता. मी काय करू - काय करू?" मानसी अगतिकपणे म्हणाली. तिचे डोळे भरून आले होते.

"मनू, मी झोपतो." रितेन शुष्कपणे म्हणाला. त्याचा तोच शरमून गेला होता. थिजला होता.

संताप, असहायता यांनी घेरलेली मानसी, जागेवरच खिळून उभी होती. शेवटी हे असं किती दिवस चालणार होतं?

या प्रश्नांना कधी उत्तरं मिळणार होती की नाही? की या प्रश्नांची उत्तरं शोधण्यातच दमछाक होणार?

मानसीला तरी कुठे ठाऊक होतं?

वासूचा निरोप घेऊन मर्सिडीजनं महाबळेश्वर सोडलं. दहा दिवसांचा मधुचंद्र संपला होता. जीवनाचा रिकामा मधुघट स्वीकारत, सावरत, अडखळत मानसी परतत होती. तिथे पुण्यात सारे वाट बघत असतील. मैत्रिणी अनेक तऱ्हेनं छेडतील. संतोष! तो मात्र तिथे नसावा. पार मनाचा ठाव घेत असतो. आता तिथे हसतमुखानं उतरायचं. अश्रू गिळून हसण्याचं कसब साधलं पाहिजे.

"मनू, पाचगणी आली बघ! माझी शाळा इथेच आहे, जाऊन येऊ या? तुला आवडेल बघ." रितेन विचारत होता.

"अं? जाऊ या. मला आवडेल बघायला."

गाडी शाळेच्या आवारात शिरली. पाखरांची किलबिल चालावी तशी शाळेतली

मुलं किलबिलत होती. धावत होती. ओरडत दंगामस्ती सुरू होती. गाडी एका बाजूला थांबली. तशी त्या मोठ्या गाडीतून उतरणाऱ्या पाहुण्यांकडे सारे जण कुतूहलानं बघू लागले. मानसीचं लक्ष त्या एकसारखा पोशाख केलेल्या मुलींमधल्या एका छोट्या मुलीकडे गेलं. त्या सर्वांमध्ये ती निळ्या डोळ्यांची, अपऱ्या नाकाची मुलगी, हसऱ्या नजरेनं मानसीला निरखत होती. न राहवून मानसीनं तिच्या गोबऱ्या गालावरून हात फिरवला.

"युवर नेम?" मानसीनं विचारलं.

"रूपा." तिनं लाजून उत्तर दिलं.

पाचवी ते सातवीपर्यंतच रितेन त्या शाळेत होता; पण रितेन हा एके काळचा त्या शाळेचं भूषण होता. प्रिन्सिपलनी त्याच्या स्वागताची धमाल उडवून दिली. सभागृहात सारी मुलं, शिक्षक जमा झाले होते. प्रिन्सिपलनी रितेनचा सर्वांना गौरवानं परिचय करून दिला. त्याचं विद्यार्थिदशेतलं गुणवर्णन केलं. मुलं कौतुकानं त्या दोघांकडे बघत होती. मानसीचं लक्ष साऱ्या मुलांमधूनही रूपाकडेच जात होतं. ती हळूच रितेनच्या कानाशी काही बोलली. त्याची नजरही रूपावरच गेली. तिनं लाजून तळव्यात तोंड लपवलं होतं. सारा सत्कार-समारंभ आटोपला होता. रूपाच्या हातून फुलांचा गुच्छ स्वीकारून रितेन, मानसी गाडीकडे निघाले. मानसीची नजर रूपाला शोधत होती. रितेन चेष्टेनं म्हणाला,

"इतका जीव अडकलाय त्या मुलीत? घेऊन जायचं का?"

"नो. नो. रितेन, पहिला मुलगा असावा. मुलीचा विचार स्वप्नातही करू नका. स्त्रीजात दुबळी, परावलंबी!" त्याच्या शिक्षिका फर्नांडिस म्हणाल्या.

"दुबळी स्त्रीजात? दुबळी कशी मॅडम?" रितेननं विचारलं.

"स्वभावत: ती दुबळी नसते, पण आपण दुबळी बनवतो. संस्कार, समाज तिचं तेज दडपत असतात. खरं ना मिसेस सबनीस?" टीचरनी उत्तर दिलं.

मानसी कसंनुसं हसली. तिची शोकांतिका तीच होती. ओरडावं, प्रतिकार करावा, असं मनोमन वाटत होतं; पण ती शांत होती. सत्याचं ओझं माथ्यावर वाहत होती.

गाडी घाट उतरत होती पण मानसीचं मन त्या धिटुकल्या पोरीत गुंतलं होतं. मातृत्व साद घालत होतं.

'हे नाटक-हसण्याचं नाटक- कदाचित सुरळीत पार पडेल. माझ्यातली प्रेयसी मी नष्ट करीन कदाचित; पण मातृत्वाची भूक? ती तर स्त्रीचं पूर्ण रूप! स्त्रीजन्माचं लेणं, स्त्रीत्वाचा साक्षात्कार. तो मी कसा मारून टाकू? माझा हक्क आहे तो!'

एखाद्या स्त्रीला मूल होत नसेल, तर समाज तिला शिक्का मारतो 'वांझोटी!' ते वांझपण हा निसर्गानं तिला दिलेला शाप असतो. ती तो शिक्का कपाळावर

बाळगतच जगत असते. पण आता मी मातृत्वाला मुकणार. काही गुन्हा नसताना तो डाग बाळगत जगणार. जगाला कसं सांगणार की, दोष माझा नाही! असं स्त्री कधी सांगू शकेल? म्हणूनच तिला दुबळी म्हटलंय. पुरुष स्त्रीला सोडून सहज दुसरं लग्न करून जातो. कारण तिथे स्त्री दोषी असते. वंश वाढवणं हे तिचं कर्तव्य असतं. त्यात ती कमी पडली तर दोष तिचा असतो. त्या वेळी निसर्गाला कुणी दोष देत नसतं. पण... पण... माझ्यासारखीनं? मी काय करू शकते? रितेनविषयी कधी प्रेम, कधी घृणा, कधी करुणा अशा अनेक भावनांनी तिचं मन भरून गेलं होतं.

"श्रीमतीजी, घर आलं." रितेननं हटकलं तशी ती विचारातून जागी झाली.

गाडी पोर्चमध्ये उभी होती. माई, दिवाणजी, सोनाबाई व स्वत: बाबासाहेब सारे वाट पाहत उभे होते. मानसी, रितेन खाली उतरले, पाया पडणाऱ्या मानसीला पोटाशी धरत माई म्हणाल्या,

"दहा दिवस राहिलात. इथे मला चैन नव्हती, पण तुम्ही आनंदानं परतलात यात सारं आलं, देवीनं माझं साकडं ऐकलं. मी निश्चिंत झाले सूनबाई." त्यांचे डोळे भरून आले होते.

त्यांना कोणती भीती वाटतेय ते मानसीला आता समजलं होतं. मंद हसत ती म्हणाली,

"दहा दिवस फार छान गेले आई. वासूनं खूप जपलं."

हसतमुखानं ती घरात गेली. विश्वासानं वावरू लागली. तिचं बदलतं रूप बघून रितेन चकित झाला होता. त्या हसऱ्या व्यक्तिमत्त्वामागं एखादा दाह लपला असेल, याची पुसटशी शंकाही कुणाला येत नव्हती.

◆

मानसी घरी आली आणि तिचं वागणं, उत्साह सारं बघून घरचे सारेच निश्चिंत झाले. सारा दिवसभर मानसीचा घरात, कामात वेळ जात होता. स्वभावानं अगत्यशील, शालीन, सुंदर अशी सून बघून माईंना धन्यता वाटत होती. मानसीनं बागेकडे लक्ष द्यायला सुरुवात केली. पावसाळा तोंडावर आला होता. तिनं चांगला अनुभवी माळी आणला. बागेत वाफे तयार करवून घेतले. मधले लॉन, सभोवती फुलांच्या कुंड्या सारं लावून घेतलं. रातराणी आवर्जून आणून लावली. मेंदीचे ताटवे व्यवस्थित कापून घेतले. पाण्यासाठी लहानसा हौद बांधून घेतला. संध्याकाळी स्वत: ती पाइप हाती धरून बागेला पाणी घालत होती. स्वयंपाकघर आधी होतंच चांगलं! पण

मानसीनं वेगळी मांडणी केली. आधुनिक उपकरणं घरात आली. कुकिंग-रेंजपासून, नवीन पद्धतीची काचेची भांडी, टी-सेट्स, सारं तिच्या पसंतीनं घरी येत होतं. हौसेला मोल नव्हतं. कौतुकानं ती निथळत होती. रितेनही कंपनीच्या नव्या कन्सर्नमध्ये लक्ष देऊ लागला होता. हे सारं दिवसभर चालत असे, रात्र जशी जवळ येई, तशी ती कोमेजत असे. रातराणीला पाणी घालताना एकदा तिच्या मनात आलं, 'हिच्यात माझ्यात केवढा फरक? ही दिवसा कोमेजते. रात्रीचा प्रमत्त वारा हिला खुलवतो. त्याच्या स्पर्शानं उमललेला गंध, ती प्रीती, सर्वत्र पसरवतो. कारण तो गंध त्याच्यात पूर्ण मिसळलेला असतो. मी? मी दिवसभर फुलते. निदान तसं दाखवते. रात्री मात्र या रातराणीचा गंध जवळून जात असताना मी सुकून, थिजून गेलेली असते. माझं जीवन म्हणजे सुरेख फुलदाणीमधली कागदाची फुलं आहेत! दिसायला आकर्षक, पण शेवटी सारं नकली, बेगडी!'

एके दिवशी सकाळचा चहा घेत असताना तिचे वडील आले. लग्न झाल्यापासून भेटलेच नव्हते. त्यांना बघून तिला खूप आनंद झाला. पाया पडणाऱ्या मानसीला त्यांनी जवळ घेतलं. त्यांचे डोळे पाण्यानं भरले होते. महाबळेश्वरची थंड हवा, श्रीमंतीचं तेज चढलेली मानसी बघून मनातून ते सुखावले. ते मानसीला माहेरी बोलावणं करायला आले होते.

संध्याकाळी दारात उभ्या असणाऱ्या नव्या कोऱ्या फियाटमधून उतरणारी मानसी बघून मानसीच्या आईंना खूप आनंद झाला. त्यांच्या कुशीत मानसी शिरली आणि अनिर्बंधपणे अश्रू वाहू लागले. आजवर आईला सोडून ती फारशी कधी दूर गेलीच नव्हती. आता वीस दिवसांनी आई भेटली होती. या वीस दिवसांत मानसी अंतर्बाह्य बदलली होती. पूर्वीची अल्लड मानसी संपली होती. आज परत त्या घरात आलेली मानसी, मनानं अकाली प्रौढ झाली होती. वरवरचं हसणं तिनं आत्मसात केलं होतं. एक प्रचंड वेदना ती चुपचाप सोसत होती, पचवत होती. तिचा थोडासा उद्रेकदेखील सारं नष्ट करून टाकणार होता. एका असंयमी क्षणानं सारं उद्ध्वस्त होणार होतं.

आई मीठ-मोहऱ्यांनी दृष्ट उतरवत होती. रात्री आईच्या कुशीत ती शिरली. आईनी विचारलं,

''मने, सुखी आहेस ना पोरी?''

''सारं सुख हात जोडून पुढं उभं आहे माझ्या! फक्त तू दुरावलीस. तुझी आठवण आली की, रडू फुटतं बघ!''

ते ऐकून गहिवरल्या सुरात त्या म्हणाल्या,

''मनू, स्त्रीचा जन्मच असा विचित्र आहे. वाढते माहेरी आणि फुलं पडतात सासरच्या अंगणात. कित्ती स्त्रिया अशा असतात मनू, की ना माहेरी सुख - ना

सासरी सुख - पण सारं सोसतच जगत असतात.''

"पण का? आई त्यांनी असं दुबळं का बनावं? का सोसावं? तुम्ही आई-
वडीलच असं दुबळं करता, शेवटी तिचं जीवन हे तिचं असतं. जळणं तीच सोसत
असते. मग प्रतिकारही तीच करणार. तिला बाहेर काढायचं की त्या जाळात परत
ढकलायचं? आणि याला संस्कृती म्हणायचं?'' मानसी चिडून म्हणाली.

"तू विदुषी! तुझ्याशी कुठे वाद घालणार? मी अडाणी, पण समाजाची रीत
मी सांगितली. जी चौकट समाजानं घातली, ती विचार करूनच ना घातली
असेल?'' विषय बदलत त्या म्हणाल्या,

"इतरांचं जाऊ दे. तू सुखी आहेस ना? खूप झालं. झोप आता.'' दिवा बंद
करत त्या म्हणाल्या आणि झोपी गेल्या. मानसी मात्र त्या अंधारातही टक्क जागी
होती.

मानसी माहेरपणाला आली, तशा साऱ्या मैत्रिणी यायला लागल्या. मानसीला
चिडवण्यात, छेडण्यात सर्वांना मजा वाटायची. मानसी मंद हसायची. इतकंच तर
ती करू शकत होती. त्या दिवशी सई राहायला आली होती. सई मानसीची खास
मैत्रीण होती. रात्री मानसीच्या खोलीत दोघी झोपायला गेल्या. लेकीला हसताना
बघून आई खूश झाल्या होत्या.

"मने, खरं सांग हं! रितेन खरंच तुला आवडलाय का गं? लग्नानंतर प्रेम
वाढलंच असणार! दिसतात तरी मृदू आर्जवी पण तुझ्याशी वागताना?'' सई
कुतूहलानं विचारत होती.

आता मात्र मानसीच्या मनाचा बांध पुरता ढासळला. ही एक सई होती की,
जिला तिच्या अंतरंगाचा पुरा अंदाज होता. आपल्या मनाचे सारे कप्पे तिनं सदैव
तिच्यासमोर रिते केले होते. सईच्या त्या प्रश्नानं मानसी पार ढवळून गेली.

"सई - सई गं -''

तिच्या खांद्यावर मान ठेवून मानसी मुक्तपणानं रडत होती. रोखून धरलेला
अश्रूंचा बांध पुरा ढासळला होता. अश्रूंच्या सरींवर सरी कोसळत होत्या. मानसी
त्यात पूर्ण भिजून निघत होती; पण तशीच शांतही होत होती. ते अश्रू वाहून गेले.
ते एका परीनं चांगलं झालं होतं. मनावरचा शीण उतरला होता! गढूळ पाणी वाहून
गेलं होतं. तिला रडू देऊन सईनं तिला बसतं केलं.

"मने, तुझं काहीतरी बिनसलंय, हे मी आल्याक्षणी ओळखलं होतं. सर्वांना
तू फसवू शकशील, पण मला नाही. अगं, मी तुझी सई आहे. खरं ना?'' तिचे
अश्रू पदरानं पुसत सई म्हणाली.

"मनू, वयानं आपण सारख्याच आहोत. पण तुझं लग्न झालं. आता अनुभवानं

तू मोठी ठरशील. पण सांगा बघू, काय बिघडलंय मनूताईंचं?''

''सई लग्न झालं. मंगळसूत्र गळ्यात आलं. घर बदललं. नाव बदललं. श्रीमंती आली, इतकाच फरक झालाय; पण खरंतर मी तुझी पूर्वीचीच मानसी आहे. बदल झालाच नाही.'' मानसी उदासपणे बोलत होती.

''हा तुझा मोठेपणा! श्रीमंतीनं, वैभवानं दिपणारी, बदलणारी तू नव्हेस हे काय मला सांगायला हवं?''

''नाही सई, तसं नव्हे.''

''मग, बोल ना मनू, तुझ्या मनात काहीतरी सलतंय. अगं, आपण मुली माहेरी येतो ते कशासाठी? सासरी कुठे काटा सलत असला तरी माहेरी आल्यावर तो हलकेच काढता येतो. असं मनातच ठेवलंस तर त्या काट्याचा नायटा होऊन जाईल ना!'' सई हळुवारपणानं बोलली.

मानसीचे डोळे भरून आले. 'सांगावं का सईला? मन मोकळं होईल.'

'पण नकोच ते! असं बोलणं, सांगणं हेपण पापच आहे.'

'एकदा मी ते स्वीकारलंय ना? मग मनातच सारं लपलं पाहिजे. बोलून त्या सोसण्याचं सौंदर्य कमी का करावं?' मानसी हसली. म्हणाली,

''अगं, कसला सल अन् कुठलं काय? इतका छान नवरा, श्रीमंती, स्वातंत्र्य सगळं हात जोडून उभं आहे. तू खूप दिवसांनी भेटलीस ना? म्हणून रडू आलं. माणसाला आनंदानंसुद्धा रडू येतं.''

सई त्यावर काही बोलली नाही पण मानसीचं काहीतरी बिनसलंय हे तिनं ओळखलं. फुलणारी मानसी तिला परिचित होती. दुसऱ्याच्या दुःखानं व्याकूळ झालेली मानसी पण तिनं अनेकदा पाहिली होती. तिचं संस्कारी, पारदर्शी, नितळ मन ती लहानपणापासून बघत होती. पण आजचं तिचं रडणं मात्र वेगळं होतं. उरी टोचणारा दुःखाचा सल असह्य होऊन रडणारं, घायाळ मुकं पाखरू तडफडावं तशी मानसी रडली होती न राहावून. सईनं विचारलं,

''मनू, सासूबाई नीट वागतात नं?''

''अगं, सारा घर-संसार माझ्या हाती सोपवून पार निश्चिंत झाल्या आहेत. मलाच भीती वाटते की, ही मोठी माणसं! कसं जमेल मला सारं?''

''मग?''

''काही नाही. आता छान जमून गेलंय. संसार आणि वागणंपण!''

मानसी सहज म्हणाली, तसं सईचं समाधान झालं खरं; पण मानसी मात्र आणखीनच व्याकूळली.

ही सई!

अगदी जिवाची सखी.

अंतरंगाचे सारे कप्पे उलगडून दाखवावे तर सईला. मग आज... आज मात्र मी का अवघडले? सईला का सांगू शकले नाही?

अगतिक वाटलं?

की प्रेम आडवं आलं?

प्रेम?

मी सारं सोसतेय ते प्रेमासाठी?

इतकं प्रेम आहे रितेनवर?

कधी जडलं? कसं जडलं? की मनाला सवय लावून घेतलीय?

मग मधून मधून मन दंश करत-

शरीर बंड करून उठतं-

संवेदना, चेतनाच हरवून जातात-

संताप, अगतिकता झोप उडवते-

कशासाठी?

कशासाठी मी हे सारं सोसतेय?

मानसीला नेहमीप्रमाणेच वादळानं घेरून टाकलं होतं. असह्य होणारं, घुसमटून टाकणारं!

त्यात ती गुदमरत होती- एकटीच-

◆

आषाढसरी कोसळत होत्या. रात्री सर्द होऊन गेल्या होत्या. बाहेर ऋतू येत होते जात होते. बदलत होते. मानसीही कधी उमलत होती. कधी कोमेजत होती. हसण्याचं नाटक तिनं आत्मसात केलं होतं. कधी कुणाला शंका येईल असं ती कुठे वागतच नव्हती.

'मानसी तुझा संयमच यातून कदाचित बाहेर काढू शकेल,' असं म्हणणारा रितेनही उदास होत चालला होता. त्या दोघांची होणारी घालमेल खोलीच्या चार भिंतीच जाणून होत्या. पागोळीतून टपटपणारं पाणीच जाता-जाता खिडकीतून आत नजर टाकीत असे. तारुण्यानं बहरलेले ते दुर्दैवी जीव बघून धरतीवर ठिपकत असे. झाडं, पानं, पक्षी सारेच धुवाधार पावसात भिजत होते. एक मानसीच होती - जी पाण्यात राहून कोरडी होती.

श्रावणातला ऊन-सरींचा लपंडाव सुरू होता. पानापानातून कोवळा मोरपिसारा उभारत होता. पिवळ्या फुलांनी हिरव्या कुरणांवर नक्षी उमटवायला सुरुवात केली

होती. फुलपाखरं कोशातून बाहेर निघत होती. निसर्गाचा मनोहारी खेळ मानसी कोरड्या नजरेनं निरखत होती. रिते मन घेऊन भरल्या संसारात वावरत होती.

मंगळागौरी जागत होत्या. सबनिसांचा बंगला उजळत होता.

'हौसेनं नांदते मी, सुख सारे भोगते.
आनंदी गं नणंदा माझ्या मायाळू सासरा
रुणझुणत्या पाखरा, तू जा माझ्या, माहेरा-'

गाता गाता, झिम्मा खेळताना मानसीला साऱ्या रात्री आठवत असत.

'चंदेरी साड्यांत, चांदीच्या तोड्यांत
चौसोपी वाड्यात, मी हिंडते माड्यांत.'

मानसीचा आवाज टिपेला लागलेला असे. सारं ऐकणारा रितेन मात्र माडीवर अस्वस्थ झालेला.

'खुर्ची का मिर्ची जाशील कैशी,
या गावचा सोनार नाही आला,
काकणं नाहीत मला,
कशी मी नाचू?'

असं विचारणाऱ्या सासुरवाशिणीला इतर बायकाच कोंडून धरत. 'नाच गं घुमा'च्या तालात आत ढकलत.

त्या गोलातून बाहेर सुटण्याचा प्रयत्न करणारी आतली एकाकी, असहाय स्त्री धडपडून विचारत असे, "कशी मी नाचू?"

तरी बाहेरच्या स्त्रिया सांगत "नाच गं घुमा"

या खेळाचा अर्थ मानसीला आता खरा समजत होता. एकदा संसाराच्या रिंगणात सापडलं की, सुटका नाही. ते वर्तुळच असं आहे की, कुणी त्याची रेषा उल्लंघू शकत नाही. जी रेखा समाजानं दिलीय, त्यातच जळलं पाहिजे. नशिबात असेल, तर बाहेर निघून फायदाच काय? बाहेरचा समाज जगू देणार थोडाच?

मग?

साऱ्या स्त्रिया... अगतिकपणे सोसतात, जळतात, संपून जातात.

सारं बघणाऱ्या मानसीला नवीन जाणिवा येत होत्या.

मंगळागौरीचा फराळ करता-करता साऱ्या बायका माईंना नातू कधी होणार असं छेडत. "आता नातवाचं तोंड बघितलं की मरायला मोकळी." माई उत्तर देत.

दिवाळसणाला आलेल्या मानसीला आईंनी छेडलं होतं,

"मनू, नातू हवाय हं, तुमचं प्लॅनिंग वगैरे नंतर. अगं, तुझ्यानंतर या घरात लहान मूल नाही! नातवाला मांडीवर घ्यायला मी आतुरलेय."

मानसी फक्त हसली होती.

डिसेंबर महिना थंडी पांघरूनच आला. रितेन मानसीला म्हणाला,

"मनू, चार महिन्यांसाठी जर्मनीला जावं लागणार मला, येतेस? युरोपचा दौरा करू!"

"नको." मानसी तुटकपणे म्हणाली.

"का? घर सोडवत नाही?"

"युरोप निसर्गसंपन्न आहे. डेन्मार्क, हॉलंड, स्वित्झर्लंड, व्हेनिस सारं बघून मी वेडावून जाईन. व्हेनिसच्या गोंडोलांत बसून प्रेमगीतं ऐकताना मन आर्त बनेल. आल्प्सची भव्यता मनाला स्पर्शून जाईल. हॉलंडची हिरवी कुरणं; मनातली हिरवी स्वप्नं जागवतील. नकोच ते. मी मन मारतेय. संवेदना संपवतेय. कशाला तिथे नेऊन मला जागं करता? माझ्या कोशात मी ठीक आहे." मानसी विलक्षण कोरडेपणानं बोलली.

ते ऐकून रितेन दुखावला गेला. ते बघून मानसी म्हणाली,

"मला कसं वागावं तुमच्याशी; तेच समजत नाही."

रितेनचं पॅकिंग सुरू झालं. त्याच्या जाण्याचं समजताच दिल्लीहून नीता आली.

"ए रितेन, पॅरिसला गेलास तर सिफॉन आण हं! आणि परफ्यूम्स, चॉकलेट्स." तिची यादी वाढतच होती.

"आणि चार महिने तू पुण्यात काय करणार आहेस?" नीतानं मानसीला विचारलं.

"अगं, तो खूप बोलावतोय तिला; पण तिला प्रवासाचा कंटाळा! चांगलं फिरून यायचं." माई म्हणाल्या.

"मी इथेच क्लासेस जॉईन करणार आहे."

"शी! हे अगदी मध्यमवर्गीयांसारखं बोललीस." नीता म्हणाली, "दिल्लीला चल. दिल्ली, आग्रा, फत्तेपूर शिक्री! ते तरी बघ! आई पाठवच तिला." नीता आग्रहानं म्हणाली.

"अगं, जाऊन ये? एवढी ती बोलावतेय."

"मनू, खरंच जाऊन ये. तुला आवडेल. मलाही बरं वाटेल." माई, रितेननं तेच उचलून धरलं. होकार देण्याखेरीज मानसीला गत्यंतरच नव्हतं.

"तिथे संतोष आहे. तुला सारं दाखवून, फिरवून आणेल." नीता म्हणाली.

या वाक्यावर मानसी दचकली. त्याला ती विसरूनच गेली होती. 'संतोष!' बडबड्या, ढिला, मनकवडा! खरंतर हे चार महिने मानसीला एकटीला हवे होते; पण तिला एकटं वाटू नये म्हणून सारे धडपडत होते.

"हे बघ, मी पुढं जाते. रितेनची फ्लाइट असेल तेव्हा दिल्लीला ये. रितेन तिथून जाईल. तू माझ्याकडे राहा."

नीतानं सारं ठरवून टाकलं. रितेनबरोबर दिल्लीला निघालेली मानसी मात्र अवघडली होती. विमानानं आकाशात झेप घेतली. त्याला दिशा होती पण मानसीला मात्र समजत नव्हतं की; ती कोणत्या दिशेनं निघाली आहे! कुठे पोचणार आहे? त्या विस्तीर्ण अवकाशात दिशाहीन मानसी झेपावली होती.

◆

विमान दिल्लीच्या दिशेनं झेपावलं होतं. सारे ठरावीक उपचार; नियमानुसार हवाईसुंदरी करत होत्या. स्वत:भोवतीचे पट्टे बांधणं, सोडवणं, कॉफी पिणं, वर्तमानपत्र चाळणं सारं होऊन गेल्यावर; प्रवासी आता आपापल्या जागी विसावले होते. थकव्यानं, सुखानं कुणी निद्राधीन झाले होते.

रितेन आणि मानसी मात्र मनातून अस्वस्थ होते. आपण दिल्लीला जायला होकार द्यायला नको होता - असं तिला क्षणोक्षणी वाटत होतं. 'मानसीचं मन नीताच्या घरी रमेल ना? नीता स्वभावानं फटकळ आहे. मानसीचं आधीच दुखरं, भावव्याकूल मन! तिथे कदाचित आणखीन दुखावेल.' रितेननं मानसीकडे बघितलं. ती म्लान हसली. रितेन म्हणाला,

"मानसी, तू खरंच युरोपला चल. मी सारी व्यवस्था करतो. तुला इथं सोडून जाणं खरंच मला बरं वाटत नाही."

मानसी फक्त हसली, रितेन दुखावल्या सुरात म्हणाला,

"सारंच तुझ्या मनाविरुद्ध घडलंय. मला समजतं मनू; पण तू मला समजून घेत नाहीस."

"मी समजून घेत नाही?" आश्चर्यानं मानसीनं विचारलं.

"काय समजून घ्यायला हवंय अजून? अहो, एक भयानक सत्य पदराआड लपवून हसऱ्या चेहऱ्यानं वावरणं; हे समजून घेतलं नाही? सबनिसांची सून मर्यादशील आहे, असं दिसलं पाहिजे असंच मी वागलेय. ते माझं समजून घेणं नव्हे? तुमची अपेक्षा तरी काय आहे चोवीस वर्षांच्या मुलीपासून... ते तरी समजू दे?"

"तसं नव्हे मनू!" रितेन समजुतीच्या स्वरात म्हणाला.

"तू खूप सोसलंस; पण ते असं उपकाराच्या भावनेनं करू नकोस. तुला सोसवत नसेल, तर मी आधीच तुला सर्व कल्पना दिली होती. तुझी वाट मी कधीच बंद केली नव्हती. मग हे उदासवाणं जगणं तू जगू नयेस, आनंदी राहावंस इतकंच मला वाटतंय."

“मी कुठे दु:खी आहे? फक्त स्वप्न आणि सत्य यामधला पारदर्शक पडदा निष्ठुरपणे फाडून टाकलाय. स्वप्नं गाडून टाकलीत आणि सत्य स्वीकारलंय. विदारक सत्य! मग त्याच्या विळख्यात कुणी आनंदानं कसं जगेल?”

“या सत्यालाच गोजिरं रूप दिलं की, हसणं जमेल. आपण जसं बघू, तसं जग दिसतं. मनू, मला दुसरं काही समजत नाही; पण तू आनंदी राहावंस, सुखी राहावंस असं मला वाटतं. वाटेत क्षणोक्षणी आनंद उभा असतो. मीपण हे दु:ख मनात बाळगूनच जगतोय. पूर्वी एकटा होतो. आता तो भार तूही सोसतेस, म्हणून मला अपराधी वाटतं.” तिचा हात हातात धरून रितेन हळुवारपणे बोलत होता.

“हे पाहा, मी दु:खी वगैरे काही नाही. मनाचा एक कप्पा पट्टी बांधून निष्ठुरपणानं मी बंद केलाय. त्याच्या वेदना थोडा वेळ होणारच. बाकी सारं ठीकच आहे. तुम्ही निश्चिंत मनानं चला. मी इथे खूप हिंडणार आहे. सारं बघणार आहे. आधी भारत बघते, मग युरोप.” मानसी हसून म्हणाली.

“दॅट्स लाइक अ गुड गर्ल.” रितेन सुखावून म्हणाला.

विमान दिल्ली विमानतळाच्या धावपट्टीवरून धावत होतं. जमिनीवर टेकलं होतं. हवाईसुंदरीचा भारतीय नमस्कार स्वीकारून मानसी- रितेनपाठोपाठ उतरत होती.

संतोष उभा होता. त्यानं निळा सूट घातला होता. थंडगार, बोचरी हवा अंगाला झोंबत होती. समोरून येणाऱ्या त्या दोघांना बघून; वाकून नाटकीपणानं कुर्निसात करून तो म्हणाला,

“भारताच्या या राजधानीत मी आपलं स्वागत करतो आहे.”

◆

रितेन जर्मनीला पोचला. त्याची केबल आली. नीताचं घर म्हणजे सुखवस्तू वसाहतीतली एक छोटी बंगली होती. कैलासनगरमधली ती बंगली मानसीला खूप आवडली. ‘संतोष’ असं दिमाखदार अक्षरात नाव कोरलं होतं. सभोवती छोटा लॉन, त्यासभोवती फुलझाडांचे ताटवे, कुंड्या, कोपऱ्यात छोटा हौद, त्यामधलं थुइथुइ उडणारं कारंजं, त्यासभोवती वेताच्या खुर्च्या, जांभळीच्या झाडाला कोन साधून टांगलेला वेताचा झोपाळा, रस्त्याच्या कडेनं हारीनं सळसळणारे वृक्ष! फुललेला लॅबरनम, मधूनच लहरत येणारा बुचाच्या फुलांचा मदिर-गंध, डिसेंबरची हलकीशी जाणवणारी थंडी. मानसीचं मन त्या वातावरणात जरा सुखावत होतं. उत्तर हिंदुस्तानचं बदलतं रूप प्रथमच ती बघत होती. राहणीमान अगदी वेगळं होतं.

जीवन श्रावणातल्या ऊन-सावलीसारखं सुखद होतं. आकर्षक होतं. किती झालं तरी ती भारताची राजधानी होती. तिचा उत्तर हिंदुस्तानी ढंग मनोहारी होता. मानसीला ते शहर खूप आवडलं. नीतानं तिला लाल किल्ला, विधान-सौध, त्रिमूर्ती, वस्तुसंग्रहालय, हुमायूनची कबर, सर्व फिरून दाखवलं. सुपर-मार्केट, खान-मार्केट, चाँदनी चौक ती बघून आली. सफदरजंग रोडपासून; ते सारे रस्ते, त्यांची रेखीव आखणी, कडेचे मोठमोठाले वृक्ष, त्यांच्या सावलीत विसावलेले छोटे-मोठे बंगले, सारं मानसी नवलानं बघत होती.

नीताचं कुटुंबच मजेदार होतं. भैय्यासाहेब पहाटेच घराबाहेर पडत. कैलासनगरपासून थोड्या दूर अंतरावर त्यांची फॅक्टरी होती. मालक असले तरी स्वत: वक्तशीरपणानं तिथे सात वाजता पोचलंच पाहिजे, अशी शिस्त त्यांनी लावून घेतली होती. तिथे त्यांनी स्वत:चं छोटं घरकूल बांधलं होतं. नीताला तिथे राहणं पसंत नव्हतं. सभोवती कामगारांची वस्ती, मशीन्सचा आवाज, एकटेपणा याचा तिला कंटाळा होता. तिचं घर, मैत्रिणी, व्हिडिओ पार्ट्या, शॉपिंग, पिकनिक्स यांत ती रमलेली असे. संतोषनं स्वत:ची नवीन मिल सुरू केली होती. तोपण कामात गुरफटलेला असे.

का कोण जाणे; यावेळेचा संतोष जरा वेगळाच वाटत होता. मानसीच्या लग्नातला बडबड्या संतोष आता किंचित घुमा, अबोलसा बनला होता. त्याच्यातला बदल मानसीला जाणवला. पण एका परीनं बरं वाटलं. तिलापण एकांतच प्रिय होता. नीताचा मानसीबरोबर फिरण्याचा उत्साह चार दिवसांतच ओसरला. तिच्या मैत्रिणीचे फोन येत. कुठे रमीचे डाव, तर कुठे साड्यांचं प्रदर्शन यांत ती गुंते आणि मानसीला त्यात रस नसे. पुण्याहून येताना तिनं खूप पुस्तकं आणली होती. लग्न झाल्यापासून तिला काही वाचता आलंच नव्हतं.

"तुम्ही खुशाल तुमचे कार्यक्रम चालू ठेवा. उलट मला घरीच बरं वाटतं." तिनं नीताला सांगून टाकलं, तशी नीता निश्चिंत झाली. आतासुद्धा दुपारी खोलीत पडल्या पडल्या मानसीनं पुस्तक बाजूला टाकलं होतं आणि ती विचारात गुरफटून गेली होती. 'प्रत्येक कुटुंब म्हणजे एक वेगळाच कोश असतो. कुठे सैल, कुठे घट्ट! पण कोशात जगणं आलंच. नीता, भैय्यासाहेब, संतोष! तीन वेगळे भाग; पण कुटुंब एक. चार भिंती जशा दूर अंतरावर असतात, पण घर सांभाळतात, तशीच ही माणसं! प्रत्येकाची दृष्टी वेगळी, वागणं वेगळं, स्वतंत्र विचार! कुठे जवळीक नाही. जास्त बोलणं नाही. ही सारी श्रीमंत माणसं अशीच कशी? त्यापेक्षा आपलं लहानसं घर कसं एकरूप झालेलं! एकाला काटा टोचला तर दुसरा कळवळतो.

रितेन जर्मनीत, मी इथे. कशाचा कुठे ताळमेळच लागत नाही. शेवटी जीवन असंच असतं का?' इतक्यात मधल्या पॅसेजमध्ये पावलांचा आवाज आला.

दरवाजा बंद झाल्याचा आवाज आला. 'नीतावन्स लवकर परतल्या वाटतं!' मानसी उठून खोलीच्या दाराशी आली. संतोष पुढचा दरवाजा लावून आत येत होता. तिला बघून तो म्हणाला,

"हे काय? घरी एकट्याच? आईसाहेब गेल्या असणार पत्ते कुटायला! की मिसेस ग्रोव्हरकडे टी-पार्टी? कंटाळलात ना?" बुटाचे बंद सोडता-सोडता तो बोलत होता.

"छे. छे! कंटाळा कसला? त्या मला बोलावत होत्या; पण मलाच बाहेर जायचा आळस. पुस्तक वाचत होते. खूप छान होतं."

दाराच्या चौकटीत उभी राहिलेली मानसी विलक्षण सुंदर दिसत होती. झोपेनं डोळे जडावले होते. विस्कटलेले केस कपाळावर आले होते. मान वर करून काही बोलणार, तोच संतोषचे शब्द तिच्याकडे बघण्यातच हरवले. मानसी चटकन स्वयंपाकघराकडे वळत म्हणाली,

"मी पाहुणी थोडीच आहे या घरात? चला बरं, कधी नव्हे ते लवकर घरी आलात, मी चहा करते."

कपडे बदलून आलेला संतोष सोफ्यावर विसावला. मानसीनं पुढं केलेला कप हाती घेऊन, त्याचा घुटका घेऊन तो म्हणाला,

"आऽऽ... मस्त चहा झालाय!"

"चहात काय मस्त असणार? उगीचच काहीतरी!"

"अरे, गाणं जुळावं लागतं, पान जमावं लागतं, तसा चहा तब्येतीनं प्यावा लागतो. खरंच इतका छान जमलेला चहा खूप दिवसांनी पितोय. मामा लेकाचा भाग्यवान!"

"अहो, ते चहाच पीत नाहीत." मानसी सहज बोलून गेली.

"चहा पीत नाही? अनलकी लेकाचा! इथे आम्ही स्वत:चा चहा स्वत: करून पितो आणि तिथे चहा करणारी असून चहा पिणारा नाही. तकदीर में लिख्खा हैं!" संतोष कपाळाकडे बोट दाखवत हसत म्हणाला.

मानसीला हसू आलं. ती म्हणाली,

"बरे हातानं करून प्याल? आई नसतात घरी?"

"आई घरी असते हेच मी विसरलोय. सकाळी ती नऊला उठणार तेव्हा मी कामावर पोचलेला असतो. दुपारी ती घरी नसतेच. सारा सरंजाम तयार असतो. प्रत्येकानं आपलं काम आपणच करायचं. 'अमेरिकन' कुटुंब आहे. आहात कुठं?" मानसी मोठ्यानं हसली. संतोष म्हणाला,

"इथे आल्यापासून आज प्रथमच हसलात, किती बरं वाटलं! तुमचा तो गंभीर मूड बघून मी घाबरूनच गेलो होतो. माझा स्वभाव असा बडबड्या. न जाणो

आणखीन रागावलात तर?''

''मी कुठे रागावलेय पण? जागा नवीन, माणसं नवीन. मी कधीच अशी कुणाकडे गेले नाही ना? त्यानं बावरले होते. पण तुम्ही तरी कुठे बोलत होतात?''

''आमचं घर बघताय ना? या चार भिंती आणि आम्ही तिघं, जणू या घराचे हलते प्रतिनिधी! कधी हसणं, बोलणं या घरानं ऐकलंच नाही. म्हणून तर मी सुट्टी झाली की, पुण्याला पळायचो. तुम्ही आलात, वाटलं आता घर बदलेल; पण आणखीन गंभीर मामला! ते जाऊ दे, पण माझा मामा कसा वाटला? आवडला ना?''

''कसे असणार? छानच आहेत.'' मानसी हातातल्या पाटलीशी चाळा करत म्हणाली.

''माझ्यासारखाच छान ना?'' संतोष चिडवत म्हणाला. मानसीनं नजर वर केली. त्याचे निळे डोळे मिस्कीलपणानं हसत होते. ती मान खाली घालून हसली. चहाचा सरंजाम आवरत म्हणाली,

''तुमच्यापेक्षा छान अन् मोठ्या मनाचे आहेत ते.'' संतोष मोठ्यानं हसला.

त्या रात्री मानसी मात्र जागी होती. पहाट झाली. ती उठली. भैय्यासाहेब घरी नव्हतेच. तिनं चहा बनवून बागेच्या कोपऱ्यातल्या वेताच्या टेबलावर चहाचा सरंजाम ठेवला आणि पुस्तक वाचायला उघडलं, इतक्यात संतोष जिना उतरून स्वयंपाकघराकडे निघालेला तिला दिसला.

''संतोष.'' तिनं हाक दिली.

तो वळला. चहाचा सरंजाम मांडून मानसी त्याची वाट बघत होती. तिनं आकाशी रंगाचा हाउसकोट घातला होता. त्यावर गडद जांभळी शाल लपेटून घेतली होती. कानांवरून पांढरा फुलांचा रुमाल बांधला होता. तिला बघून संतोष प्रसन्नपणे हसला. खुर्चीवर बसताना तो म्हणाला,

''आज घर हे घरासारखं वाटलं, कुणीतरी आपली वाट बघतंय ही भावनाच किती सुखद आहे नाही?''

मानसीनं त्याच्या हाती चहाचा कप दिला. ती काहीच बोलत नव्हती.

''सकाळी मौन असतं की काय तुमचं?''

''काय बोलू? मला बोलताच येत नाही जास्ती. ऐकायला मात्र खूप आवडतं.'' ती खाली मान घालून बोलत होती. पाठीमागून कोवळी सूर्यकिरणं लखलखत होती. झाडांच्या, पानांच्या फटीतून मानसीच्या पाठीशी उतरत होती. त्या कोवळ्या किरणांच्या गाभाऱ्यात खुर्चीवर विसावलेली, खाली मान घातलेली मानसी पाहताना संतोषचं भान हरपून गेलं होतं. स्वतःला सावरून तो हसत म्हणाला,

"म्हणजे आधीच मी बडबड्या म्हणून प्रसिद्ध! आता जास्ती वाव मिळणार बडबडायला. ओके." ब्रीफकेस उचलून जाता-जाता तो म्हणाला-

"मी संध्याकाळी येतो लवकर. आपण ड्राईव्हला जाऊ दूरवर. कसं?"

तिचा होकार ऐकायच्या आतच लांब लांब पावलं टाकत तो निघाला. गाडी सुरू झाल्याचा आवाज ऐकला. मानसी मात्र विचारात हरवून गेली होती.

नीता तयार होऊन बाहेर निघाली होती. मानसी कोचावर बसून तिची लगबग बघत होती. स्प्रेचा फवारा अंगावर उडवून घेत नीता पर्स उचलत म्हणाली,

"सॉरी मानसी! मी निघतेय. लेट होईल यायला. आजच्या फंक्शनला साऱ्या व्ही.आय.पी.ज येणार आहेत. तुझ्यासाठी व्हिडिओ कॅसेट्स आणून ठेवलेत. 'अनकही' बघ. मार्व्हलस् पिक्चर आहे. बाय..." नीता निघून पण गेली.

'अनकही न सांगितलेली कथा! मानसी स्वत:शीच हसली. काही कथा सांगायच्याच नसतात. त्या अंतरंगातच लिहिल्या जातात. तिथेच रंगतात आणि संपतात.'

ती तशीच बसलीपण असती; पण बाहेरून मोटारीचा हॉर्न वाजत होता. 'संतोष आला वाटतं.' ती स्वयंपाकघरात पळाली. लॅच-कीनं दरवाजा उघडून तो आत आला. तिला बघून म्हणाला,

"झालं? अजूनी तयार नाही झालात? आता सारा जामानिमा आटोपून आपली स्वारी निघणार, तोवर संध्याकाळ सरून गेलेली असणार." कोचावर बसत संतोष म्हणाला.

"तुम्ही आधी चहा, फराळ घ्या. स्वत: तयार व्हा. मी तोवर आलेच." हातातला ट्रे समोरच्या टेबलावर ठेवत मानसी म्हणाली.

ट्रेमध्ये चहाचा सरंजाम तर होताच; पण जोडीला एका प्लेटमध्ये साबुदाण्याची खिचडी होती. त्यावर खोबरं, कोथिंबीर पेरली होती. लिंबू चिरून ठेवलं होतं.

"खिचडी!" चमचा तोंडात घालत संतोष म्हणाला, "बेटा संतोष, तेरा तकदीर खुल गया!"

ते ऐकायच्या आत मानसीनं तिथून स्वत:ची खोली गाठली होती.

संतोषची 'सुझूकी' वेगानं जात होती. सारी वस्ती पार करून दिल्लीच्या बाहेर निघाली होती. वाटेत फुटपाथवर अनेक दुकानं हारीनं लागली होती. सिनेमा थिएटर्स झगमगत होती पण संतोषचं लक्ष नव्हतं. दूरवर आल्यावर गाडीच्या उघड्या खिडक्यांतून भरारणारा वारा अंगाला झोंबू लागला. दीर्घ श्वास घेऊन संतोष म्हणाला,

"आत्ता बरं वाटलं. आजचा दिवसच छान उगवला. सकाळी तुमच्या हातचा चहा, संध्याकाळी नाश्ता आणि तुम्ही शेजारी असताना हे मोकळ्या वातावरणात

फिरणं. यापेक्षा माणसाला आणखीन काय हवं असतं?''

''मग लग्न करा ना लवकर. नीतावन्स म्हणत होत्या की, तुम्ही मनावर घेतच नाही!''

''मनावर काय घ्यायचं? मनासारखी भेटायला हवी.''

''मनासारखी?''

''हो ना. लग्न करून आणखी एक फॅशनेबल बाहुली घरी आणायची नाही मला. पिकनिक, साड्या, ब्यूटिपार्लर या सर्वांतून नवरा कुठे आठवणीतच नसतो. सहजीवनाच्या माझ्या कल्पना फार वेगळ्या आहेत.''

''ऐकू दे तरी.'' मानसी उत्सुकतेनं म्हणाली.

''लहानपणापासून मी बघतोय. पुण्यात आजीचं जीवन, इथे आईचं आणि अनेक हाय सोसायटीतल्या स्त्रियांचं! त्या फक्त स्वत:चं सुख शोधत असतात. अहो मुलं? ती तरी त्यांची असतात ना?''

''असं कसं म्हणता? आईनी वाढवलं तेव्हाच वाढलात ना?''

''आईनं नव्हे, निसर्गानं वाढवलं म्हणा. रितेनमामा पूर्वी केवढा आजारी पडला होता? आजीचं लक्षच नव्हतं. पार खुरटून गेला होता. हॉस्पिटलमध्ये ॲडमिट केलं होतं ना? तापातदेखील बडबडायचा. मला आठवतंय अजून!''

''काय बोलायचे?'' मानसीनं धास्तावून विचारलं.

''सारखा आजीला दोष द्यायचा. आजी दिसली की, भिंतीकडे तोंड करून झोपायचा.''

''पण त्याचा, तुमच्या लग्न न करण्याशी काय संबंध?''

''खूप आहे. आई आपल्या मैत्रिणींच्या मुली मला दाखवते. नटव्या, फॅशनच्या आहारी गेलेल्या! पत्नीपद म्हणजे काय याची जाणीव नसणाऱ्या. मला तरी तशी मुलगी नको आहे.''

''मग कशी हवीय? सांगा बरं. मी शोधते पुण्यात.''

''अंहं. तशी आता मिळणार नाही.'' संतोष समोरच्या काचेतून दूरवर बघत म्हणाला.

''का?''

''परमेश्वर एकसारखी दुसरी कलाकृती बनवत नसतो.''

''म्हणजे?'' गोंधळून मानसी म्हणाली.

''म्हणजे- तुमचीच प्रतिकृती कुठे मिळेल?''

मानसीची कानांची पाळी एकदम लालबुंद झाली. हात कंप पावत होते.

''माझ्याहून सरस मुली, या जगात शेकड्यांनी आहेत. शोधा म्हणजे सापडेल.'' लटक्या धीरानं ती बोलली.

''पण मला शोधायचंच नसेल तर?''

"पण का?"

"कारण तुमच्यासारखी देखणी, लाघवी, आर्जवी, मृदू, मनस्वी मुलगी दुसरी असणारच नाही. प्रयोग मला करायचा नाही. त्यापेक्षा मी आहे असाच बरा आहे. जो सहवास मिळतोय, तोच माझ्या लेखी खूप आहे."

"संतोष- काय बोलताय?" बावरून मानसी म्हणाली.

"खरं तेच सांगतो मानसी- सॉरी- मामी! नात्यानं मामी पण मनानं निवडलेली मूर्त स्त्री! त्यात गुन्हा काहीच नाही. मामा आणि मी दोघं एकत्र काश्मीरला येणार होतो. तुम्हाला तिथे बघून मस्त फायटिंग केली असती आम्ही दोघांनी! हिंदी सिनेमातल्या हिरोसारखी. सांगा बघू कोण जिंकलं असतं?" मोठ्यानं हसून संतोष म्हणाला. ती स्तब्ध, निश्चल झाली होती. मन बधिरलं होतं, सुन्न झालं होतं.

"खरंच, तसं झालं असतं तर?"

दोघं जण न बोलता विचारात हरवले होते. गार हवा सुटली होती. गवतावर रानफुलं झुलत होती. गवत लहरून उठलं होतं. किती वेळ गेला कोण जाणे! दोघांनी एकदमच एकमेकांकडे बघितलं. संधिप्रकाश पसरला होता. दोघांमध्ये थोडंच अंतर उरलं आहे हे लक्षात येऊन ती खिडकीकडे सरकली.

"निघू या? रात्र व्हायला आली."

"होईना! घरी कोण काळजी करणार आहे? आता चांदण्या लखलख करायला लागतील. आभाळाच्या छताखाली चांदण्या मोजत रात्र घालवायला माझी तयारी आहे बुवा." संतोष म्हणाला.

"अहो कविराज, चला बघू. मला थंडी वाजायला लागलीय."

"अरे, शाल नाही आणलीत? अहो, ही दिल्ली आहे. इथली थंडी वेगळी. बोचरी थंडी. बाधेल नक्की. थांबा हं!"

त्यानं अंगातला कोट काढला. तिच्यासमोर धरत म्हणाला,

"हा घाला."

"नको." संकोचानं मानसी म्हणाली.

त्यानं आग्रहानं तिच्या हातात कोट दिला. देताना झालेला हाताचा स्पर्श! त्या गरम कोटानं आलेली ऊब! तो भरारणारा वारा! भरधाव वेगानं धावणारी गाडी! मानसीला विलक्षण थकवा आला होता. तिनं मान मागच्या सीटवर टेकवली, डोळे मिटून घेतले. त्या गरम कोटातून त्याच्या शरीराची ऊब जाणवत होती. मनातून पाझरत होती. त्यानं टेप सुरू केला,

> 'गुंतता हृदय हे कमलदलाच्यापाशी,
> हा प्रणयगंध परिमळे-तुझ्या अंगाशी,
> दुर्दैवी आपण दुरावलो या देही.'

मानसीला सूर ऐकू येत होते; पण अर्थ लागत नव्हता. मन एका आवर्तात भिरभिरत होतं.

◆

नीता रात्री घरी आलीच नाही. मानसी रात्रभर जागी होती. शरीराला वेगळी ओढ लागलेली जाणवत होती. मन हातातून सुटलं होतं. साऱ्या घरात ती आणि संतोष दोघंच होते.

मानसी कॉटवरून उठली. तिनं दाराला आतून घट्ट कडी लावली; पण मन दाराबाहेर पोचलं होतं. केव्हाच! त्याला कसं आवरावं हे तिला समजत नव्हतं.

देवा, असं कसं हे मन? असं कसं घडलं?

तुला कधी का सपान पडलं?

कधीतरी वाचलेल्या ओळी आठवत होत्या. कशासाठी हे मन असं व्याकूळ होऊन उठतं आहे?

रितेनची मी धर्मपत्नी आहे.

त्यानं तुला पहिल्या दिवशीच स्वतंत्र होण्याचा मार्ग खुला करून ठेवला होता.

त्या वेळी आपण गेलो नाही.

तो कडू घोट चुपचाप पचवला.

मनावर आदर्शवादाची झालर पांघरली.

तीच एक वेळ होती, सुटका करून घेण्याची.

पण आपण घाबरलो.

लोक, समाज, नातेवाईक यांचा विचार करत बसलो.

रितेनची बदनामी होऊ नये म्हणून आपण सारं जहर मुकाट सोसलं. भावना मारल्या.

पण आज!

संतोष! संतोष नजरेसमोरून हलत नाही. त्याचं बोलणं, हसणं, बघणं, जवळ असणं सुखवत आहे. मन, त्या मधुर कोशात गुंतत चाललंय. एका दुबळ्या जिवासारखे आपण त्या कोशांकडे ओढले जातोय.

संतोष! स्वप्नाळू पण विचारी. बडबड्या पण संयमी. श्रीमंत पण साधेपणा जपणारा! त्याचं प्रेम आहे आपल्यावर. प्रेम?

मानसी दचकली. रितेनचंही प्रेम आहे, आपल्या सुखासाठी तोही धडपडतोय, आपल्या दुःखानं कातर बनतोय, आपली वाट फुलांनी सजवतोय. ते प्रेम –

प्रेम नव्हे?

'स्त्री-पुरुषाचं प्रेम म्हणजे शिव-शक्तीचा संयोग! त्यातून नवं विश्व साकारतं.'

रितेनचं प्रेम शिव आहे, मंगल आहे, पण शक्तीविना सुनं आहे.

संतोष एक पूर्ण पुरुष!

त्याचं प्रेम जीवनाचं पूर्ण दर्शन घडवणारं आहे.

त्या दोघांचं जाऊ दे, तुझा विचार सांग.

तू रितेनवर प्रेम केलंस, म्हणजे गुणदोषांसकट त्याला स्वीकारलंस ना?

मग आता हे विचार मनात का यावेत?

जगात अनेक सुरेख गोष्टी आहेत.

साऱ्यांच्याच पाठीमागं आपण कुठे धावणार?

जे हाती गवसलं, त्याला सुंदर बनवता आलं तर खरी करामत!

हं! या साऱ्या पोकळ गोष्टी.

उपाशीपोटी सांगायचं तत्त्वज्ञान.

नुसतं मनावर प्रेम करून तृप्त होता आलं असतं तर मग शरीराला इतकं देखणं का केलं असेल?

उलट, मन हिडीस, विकृत असतं.

आणि शरीर मात्र? देखणं!

'आपण रात्रभर जागतो, तळमळतो. धरती चांदण्यात निथळत असते. आकाश नक्षत्रांनी सजलेलं असतं. आपण एकट्याच सारं निरखत असतो. रितेन मात्र सुखानं झोपलेला असतो. एक पाखरू, पंख छाटून त्यानं बंदिस्त केलंय, त्याची तडफड त्याला जाणवतच नसते. मनाचं मीलन असतं तर त्याला ही तगमग का समजू नये? आपली तगमग बघून हा व्याकूळ कसा होत नाही? फक्त तोंडानं म्हणतो की, 'तू निघून जाऊ शकतेस.' कारण माझं दुबळेपण त्याला समजून चुकलेलं आहे.'

'कितीतरी 'नन्स' आपण बघतो. लग्न न करण्याचं बंधन त्यांच्यावर घातलेलं असतं. समाजसेवेचं व्रत त्यांनी स्वीकारलेलं असतं, पण पुरुषाच्या सहवासात, धर्माच्या अवडंबरात, चर्चच्या परिसरातच त्यांना निसर्गानं अगतिक बनवलेलं आपण पाहतो.'

'अनेक विधवा चोरून प्रियकरांना भेटत असताना आपण ऐकतो.'

'अनेक साहित्यिक, उद्योजक, कलावंत यांचे अनेक स्त्रियांशी असलेले स्नेहसंबंध आधी उच्च दर्जाचेच असतात आणि पुढं आपण वेगळंच ऐकतो. बौद्धिक गरज असं लेबल लावून ते फिरतात; पण शेवटी ती मैत्री एक शारीरिक गरजच ठरते.'

'एवढा तपस्वी विश्वामित्र! एका मोहाच्या क्षणानं सारी तपस्या भंगून गेली.'

'अहिल्या क्षणभर का होईना राजवैभवानं दिपून गेली.'

'या प्रचंड ओढीला कुणी आवरूच शकत नाही. नदी सागरासाठी अनेक योजनं धावत असते. कड्यावरून उडी घेणं, तिला फुलांच्या राशीवर पडल्यासारखं वाटत असतं. तिथे ती फुटते, तिथे ती फेसाळते; पण धावणं सुरू असतं.

'नाही मानसी! या प्रवाहाविरुद्ध पोहणं फार धाडसाचं आहे. म्हणून प्रवाहापासून दूर पळणं हा एकच मार्ग आहे. एकदा त्यात पडलीस तर मग अवहेलना, वंचना याखेरीज काय मिळणार?

संतोषचं प्रेम!

कितीही मोठं असू दे. पण त्याचा विचार करून आता काय फायदा?

ते गाव केव्हाच मागं सरलं.

आता त्याची आठवण करायची नाही.

त्या गावाचं नाव आठवायचं नाही.

जो मार्ग स्वीकारला, तो सोडायचा नाही!

उद्या नीतावन्सना सांगायचं आणि सरळ पुणं गाठायचं. इथे राहायचं नाही. पुण्यात माझं घर आहे. इथला आदर-सत्कार बस झाला. उद्या निघायचंच!'

मानसीनं निश्चय केला. तिनं डोक्यावर पांघरूण ओढून घेतलं आणि झोपून गेली.

खूप शांत झोप झाली होती. पहाटेच्या वेळी जाग आली. दाराची कडी वाजत होती. कोण असेल? तिनं दार उघडलं. संतोष उभा होता.

''गुडमॉर्निंग!''

हसतमुखानं तो म्हणाला. मानसीचे डोळे झोपेनं जडावले होते. केस पाठीवर पसरले होते. दाराच्या चौकटीच्या आधारानं ती उभी होती. अंगात पातळ नाइटी घातलेली होती.

''गुडमॉर्निंग.'' कशीबशी ती उद्गारली.

''आज चहा मी बनवलाय, येता ना?'' संतोष विचारत होता.

''हो आलेच.''

मानसी बाथरूमकडे वळली.

मानसीच्या हाती चहाचा कप देत तो हसून म्हणाला,

''बघातरी चहा कसा मार्व्हलस झालाय?''

तिनं गरम चहाचा घोट घेतला. बरं वाटलं. तिनं हसून त्याच्याकडे बघितलं. त्याचे डोळे जागरणानं लाल झाले होते. चेहरा उतरला होता.

''चहा छान झालाय.'' मान खाली घालून ती म्हणाली.

"बोला ना."

"संतोष, मी एक-दोन दिवसांत इथून निघावं म्हणतेय." ती सावकाश म्हणाली.

"निघणार? पण का? समजलं! आई घरात नसते. मी असा कामात गुंतलेला! रागावलात की कंटाळलात? खरं सांगा." तो उदासला होता.

"दोन्ही नाही; पण पंधरा दिवस झाले. आता घरची आठवण यायला लागलीय. जावंसं वाटतंय."

"पण मामा तर तिथे नाही. मग कुणाची आठवण येते? पुण्यात काय आहे एवढं?" आग्रही सुरात तो बोलला.

"प्लीज, मला जाऊ दे." दोघंही नि:स्तब्ध बनले होते.

इतक्यात नीता आली. कार गॅरेजमध्ये लावून ती येत होती. रात्रीच्या पार्टीची नशा चेहऱ्यावर स्पष्ट जाणवत होती. झोपेतून उठूनच ती आली असावी. त्या दोघांना तिथे बसलेलं बघून तिचे डोळे चमकले. खुर्चीवर बसत ती म्हणाली,

"सॉरी मानसी, रात्री मी येऊ शकले नाही. खूप रंगली पार्टी." चहाचा कप हाती घेत ती म्हणाली.

"आई, घरी मामी एकटी आहे, याची तरी आठवण ठेवायची? त्या कसा वेळ घालवणार?" संतोष रागानं म्हणाला.

"मग तू काय करतो आहेस? यू आर अ गुड कंपनी फॉर हर! ऑफकोर्स, बेटर दॅन मी!" ती मोठ्यानं हसली.

"आई, त्या एक-दोन दिवसांत निघणार म्हणताहेत. तू घरात नसतेसच. त्यापेक्षा त्यांना पुण्याला जाऊ दे." संतोष खूप रागावला होता.

"पुण्याला? ओ.नो. संतोष, तिला इथून पाठवायची नाही मी! पुढचे आठ दिवस मी पूर्ण बिझी आहे. फ्लॉवर शो, ब्यूटी - कॉन्टेस्ट, एक्झिबिशन्स! स्मिता पाटील येणार आहे, शेवटच्या दिवशी." नीता उत्साहानं बोलत होती.

"पण मी जाते ना! तिथे सासूबाई एकट्याच आहेत." मानसी आर्जवानं म्हणाली.

"छे, छे! रितेन काय म्हणेल आल्यावर? संतोष, डू वन थिंग. आठ दिवस रजा घे, अन् तिला आग्रा, फत्तेपूर शिक्री, मथुरा दाखवून आण. जसा आवडेल तसा कार्यक्रम ठरव. तिला कंटाळा येणार नाही, ते बघ! मी पडते जरा. डोकं ठणकतंय." नीता उठत म्हणाली.

"हँगओव्हर असेल? काय होतं? जिमलेट?" संतोष टोचून म्हणाला.

"जिमलेट? ओ.नो. इट वॉज अ कॉकटेल पार्टी! काय मजा आली! मिसेस मलकानी पार आउट झाली होती!"

बोलता-बोलता नीताचा तोल गेला. संतोष चटकन उठला आणि आईला सावरून धरून घरामध्ये घेऊन गेला.

ते दृश्य मानसी तारवटल्या नजरेनं बघत होती. 'हे घर? आई अशी असते? बिचारा संतोष!' मानसीचं मन कळवळलं.

स्त्रीजातीचं विकृत रूप बघून रितेनचं जीवन उद्‌ध्वस्त झालंय अन् त्या घरातील स्त्रीत्वाचं विडंबन बघून, हा संतोष उदासवाणा झालाय. स्त्रीत्वाची केवढी क्रूर विटंबना! आणि हे दोघंपण आदर्श स्त्री माझ्यात शोधताहेत. तशाही मन:स्थितीत मानसी खिन्नपणे हसली. मी आदर्श? दिवसेंदिवस मी ढासळत चाललेय, प्रवाहपतितासारखी!

तेवढ्यात संतोष परत आला. संताप गिळून टाकण्याचा प्रयत्न तो करत होता. कपाळावरची शिर ताठ फुगली होती.

"पाहिलंत मॉड जगाचं वैभव? सुंदर वस्तूंनी सजलेलं एक कबरस्तान! याला घर म्हणायचं? लग्न करून आणखीन एक पुतळा या घरात आणायचा! घराची शोभा वाढवायची. समाजात आणखी एक फसवा भास निर्माण करायचा." थोडा वेळ थांबून हळुवार आवाजात तो म्हणाला,

"मानसी, खरंच तुम्हाला परत जायचंय?"

मानसी मान खाली घालून बसली होती. थोडा वेळ तसाच गेला. संतोष म्हणाला,

"माझा आग्रह नाही. संध्याकाळी मला सांगा. मी निघू? ऑफिसला उशीर होतो आहे."

संतोष निघून गेला. तिला निर्णय घेता येत नव्हता. ती विलक्षण बेचैन झाली होती.

संध्याकाळी संतोष येण्यापूर्वी ती छानशी साडी नेसून तयार झाली. काळ्या रुंद काठाची साधीच साडी नेसलेली मानसी विलक्षण आकर्षक दिसत होती. आज शेवटची संध्याकाळ! आज फिरायला गेलं की, संतोषला सांगायचं, त्याचा निरोप घ्यायला आणि या चार दिवसांत इथून निघायचंच.

तिला बघून संतोष प्रसन्नपणानं हसला. त्यानं कालच्यासारखीच, गाडी गावापासून दूर एका माळरानावर उभी केली. उघड्या दारातून वारा भरारत होता. मानसीनं डोक्यावरून पदर घेतला होता. काळ्या रुंद काठातला तिचा नाजूक, भावदर्शी चेहरा मोहक दिसत होता. समोरच्या काचेतून ती दूरवर दिसणारा परिसर बघत होती. समोरचं ते सुंदर शिल्प! संतोष बघत होता, नजरेत साठवत होता.

"खरंच तुम्ही जाणार? थांबा असं म्हणण्याचा मला अधिकार नाही. तरी वाटतं तुम्ही जाऊ नये." संतोष हळूहळू बोलत होता.

"पण अशी मी किती दिवस राहणार? जायला तर हवं?"

"तेही खरं! पण जे दिवस मला मिळतील, तेच माझ्या आयुष्यातले सुखाचे दिवस! तेवढे तरी माझ्या पदरात असू देत. नंतर आहेच-"

"ते काही नाही." मानसी आवेशानं म्हणाली, "पुण्याला जाऊन, मी छानशी मुलगी शोधून काढते आणि तुमचं लग्नच ठरवून टाकते. चालेल ना? तेवढा अधिकार मला वाटतं... मला आहे."

"तुमचा अधिकार फार मोठा आहे, पण मला लग्न करायचंच नाही."

"पण का?"

आवेगाच्या भरात त्यानं मानसीचा हात हातात घेतला. तो म्हणाला-

"ते विचारू नका, पण माझ्यासाठी आणखी आठ दिवस राहा. नाही म्हणू नका. आपण चार दिवस बाहेर जाऊन फिरून येऊ. आपण गेलो तर मामाला आनंदच होईल. परत हे दिवस येणार नाहीत. फत्तेपूर शिक्री, आग्रा बघून येऊ. मी सर्व व्यवस्था करतो. फक्त हो म्हणा."

मानसीचे दोन्ही हात त्याच्या हातांत होते. नजर नजरेत गुंतली होती. त्या निळ्या डोळ्यांनी तिच्या मनाचा ठाव घेतला होता. आकाशातल्या चांदण्या तिच्या डोळ्यांत हलक्या पावलांनी उतरत होत्या. सारं मन त्या चमकत्या ठिपक्यांनी भरून गेलं होतं. पौर्णिमा नव्हती- पण मनात मात्र पौर्णिमेचं लखलखतं चांदणं पसरलं होतं. संतोष-मानसी त्या शुभ्र चांदण्यात निथळत होते, वेडावले होते.

◆

संतोषनं सारा कार्यक्रम नीट आखला होता. फत्तेपूर शिक्री, आग्रा, ताजमहाल या सर्वांना भेट देणं दोन दिवसांत होणार होतं. पण संतोषनं आठ दिवसांची टूर आखली होती. आठ दिवस! मानसी मनातून अवघडली होती. नकार द्यायला हवा होता. पण आवाज उमटत नव्हता. नीतानं खुशीनं संमती दिली होती. उलट कुठे काय पाहायचं, दाखवायचं, त्या सूचना ती वारंवार देत होती. संतोष प्रसन्न मनानं तयारी करत होता. नवीन मुलूख पाहायला मानसी उत्सुक होती, पण कुठेतरी एक भीती तरळत होती.

गाडी भरधाव वेगानं दिल्लीबाहेर पडत होती. नीतानं आग्रहानं तिला सलवार-कमीज घालायला लावला होता व तो घातलेली मानसी अगदी अल्लड भासत होती. तिच्या नाजूक बांध्याला तो वेष खुलून दिसत होता. तिला बघून नीताचे डोळे चमकले होते.

''बघ हं! कुणी शहजादा भेटलाच तिथे तर त्याला वाटेल, आपली बेगम पुन्हा अवतरलीय की काय!''

संतोषला गाडी चालवताना तेच शब्द आठवत होते. येता येता त्यांनी कुतुबमिनार पाहिला. कललेली, पण सावरलेली ती उंच इमारत बघून मानसी स्वत:शीच हसली होती.

''का हसलात?'' संतोषनं विचारलं.

''केवढी उंच इमारत! प्रत्येक क्षणी ढासळण्याची भीती आहे. पण सावरून उभी आहे. ढासळणं आणि सावरणं यांची कसरत केव्हाची करतेय.''

''पण उभी आहे ना?'' संतोष म्हणाला.

''पाया मजबूत असणार.'' मानसी सहज बोलून गेली आणि चपापून गप्प बसली.

''कधी नव्हे ते प्रवास करतो आहो आणि तुम्ही अशा गंभीर, कसं होणार?'' तो म्हणाला.

''गंभीर कुठे? मी बघतेय सारं!'' तिनं खिडकीबाहेर बघत म्हटलं.

''बघण्यासारखं बाहेरच आहे?''

तिनं चमकून वळून पाहिलं. तो मिस्कीलपणानं हसत होता. मानसीचं मन राहून राहून त्याची रितेनबरोबर तुलना करत होतं.

संतोष कसा स्फटिकासारखा स्वच्छ, खळखळत्या झऱ्यासारखा प्रवाही होता. रितेनचं सारं जीवनच अवघडून गेलं होतं आणि त्याच्या जोडीनं मानसीचं! त्या साऱ्या उदास आठवणी मनातून सतत झरत असायच्या. विसरेन म्हटलं तरी जमत नव्हतं. तंबोऱ्याच्या तारा छान जुळलेल्या असाव्यात आणि एकच बदसूर कुठेतरी झंकारत राहावा तशी मन:स्थिती मानसीची झाली होती.

किती प्रसन्न हवा, सुरेख निसर्ग, संतोषचा सहवास; पण मन कातरच बनत होतं.

''एक गोष्ट विचारू?'' त्यानं विचारलं.

''हं!''

''तुम्ही काहीतरी लपवताय. खरं ना?''

''काय लपवायचं? लपवण्यासारखं काहीच नाही.'' ती सहज म्हणाली.

तिचा हात हातात धरून तो म्हणाला,

''मानसी, या जगात सुखी माणूस शोधून सापडत नसतो. प्रत्येकाच्या मनाच्या तळाशी एक दु:ख साकळून गेलेलं असतं. ते मोकळं व्हायला हवं असेल, तर माणसानं हसावं, मोकळं राहावं, मैत्रीचा अर्थ हाच नव्हे का? सुख-दु:ख वाटून घेणं हा तर मैत्रीचा गाभा! आपण दोघं एका वयाचे. नात्यानं मामी आणि भाचा पण मित्र बनू शकतो. सुख, दु:ख, सौंदर्याचा आस्वाद स्वच्छ मनानं का घेऊ शकणार नाही?''

ते ऐकून मानसी मंद हसली.

''नात्यानं मी भाचा, पण मित्र समजा. खरंच काही त्रास असेल तर मला सांगा. मी सर्वपरीनं पाठीशी आहे असं समजा, पण आनंदी राहा.''

तो भावनावेगानं बोलतच राहिला असता; पण हळूच हात सोडवून घेत मानसी म्हणाली,

''अहो भाचे, एका हातानं गाडी चालवू नका, परत जायचंय ना दिल्लीला?''

तिचं हसणं बघून संतोष म्हणाला,

''किती गोड हसता!''

फत्तेपूर शिक्रीतलं जुनं वैभव बघताना मानसी थक्क होत होती. किती वैभव उपभोगलं या सम्राटांनी! जिथे तिथे इमारती, जोडीला पांढऱ्या मशिदी! वैभव आणि धर्मवेड यांचा संगम!

हमामखाने दाखवणारा वाटाड्या सांगत होता, ''इथे साऱ्या बाजूनं गुलाबांचे ताटवे लावलेले असत. त्यांच्या पाकळ्या आणि अत्तर या पाण्यात मिसळलं जात असे. देखण्या, इराणी स्त्रिया काठांवर मंजूळ वाद्य वाजवत असत. अन् साऱ्या बेगमा त्यात स्नान करत. एकापेक्षा एक परी!''

''या परीपेक्षा कुणी सुंदर असणं शक्यच नाही.'' मानसीकडे बघत संतोष पुटपुटला. मानसी गोरीमोरी झाली.

''पण इथे कुठे दरवाजे कसे नाहीत?''

''बादशहा सलामत आत असताना, आत प्रवेश करण्याची हिंमत कोण करणार?'' संतोष म्हणाला.

''ईऽ! म्हणजे बेगमा स्नान करताना बादशहा इथे?'' मानसी किंचाळली.

''तोच तर खरा शौक. जी बेगम जास्ती नजर वेधून घेईल, तिच्यावर मेहरनजर होत असे.'' संतोष म्हणाला. ''भाग्यवान लेकाचे! नाहीतर आम्ही. बेगम कधी भेटते याची वाट बघतोय.''

मानसी चटकन पुढं चालायला लागली. एका हमामखान्यात भिंतीला आरसे बसवले होते. मेणबत्तीच्या उजेडात आरसे चमकू लागले. मानसी अनिमिष नेत्रांनी तो उजेडाचा विभ्रम बघत होती. आणि संतोष त्या चमकत्या उजेडात मानसीला पाहत होता.

''किती छान आहे!''

तिनं चपापून पाहिलं.

''आरसे!'' तो म्हणाला.

आग्ऱ्यामधल्या 'मुघल' या फाइव्ह-स्टार हॉटेलमध्ये संतोषनं दोन खोल्या आधीच रिझर्व केल्या होत्या. हॉटेल स्वच्छ व मुघल रिवाजांनी सजलेलं होतं. जाळीदार खिडक्या, नक्षीदार महिरपींचे दरवाजे, खोलीतलं उंची फर्निचर, गालिचे, कोपऱ्यातल्या चिरागदाण्या!

मानसीचं मन प्रसन्न झालं. तिचं सामान खोलीत ठेवलं गेलं. संतोषनं गॅलरीचा दरवाजा उघडला. मानसी थक्क झाली. दूरवरचा ताजमहाल नजरेच्या टप्प्यात होता. शुभ्र चांदणं पांघरून उभा होता. भान हरपून मानसी पाहत होती. नजरेनं ते दृश्य पिऊन घेत होती.

"चला जेवू या, की ताज बघून पोट भरलं?"

"लहानपणापासून मनात एक चित्र होतं, त्यापेक्षा देखणा आहे." ती नजर न हलवता म्हणाली.

"कोण? तो ताज? त्यापेक्षा देखणा, राजबिंडा ताज या भाच्याच्या रूपानं समोर उभा आहे, त्याचं ऐका अन् मादाम, जेवायला चलावं." तो नाटकी रितीनं झुकून म्हणाला.

ती मोकळी हसली. पौर्णिमेच्या शुभ्र चांदण्यांसारखी!

जेवून ते कॉफी घेत होते. प्रवासाचा शीण, हवेतला गारवा, गरम कॉफीचे घोट घेत ते दोघं समोरासमोर सोफ्यावर बसले होते. शरीर आळसावलं होतं. डोळ्यात झोप साठून आली होती. मनात मात्र बेचैनीचे गंधार झंकारत होते.

"चला, गुड नाइट! आराम करू या ना?"

संतोष विचारात हरवला होता. तिचा दिवसभराचा सहवास, त्यातला हळुवारपणा, मार्दव त्याला स्पर्शून गेलं होतं. तिचं कधी हसणं, कधी कोमेजणं त्याला बेचैन करत होतं. तिच्यापासून दूर होणं जिवावर आलं होतं. तिच्या सहवासाची नशा मनावर चढत होती. आजवर असं कधी झालंच नव्हतं. सपना, रेशमा, चित्रा साऱ्या मैत्रिणी होत्या. एकत्र हिंडणं, फिरणं होत होतं; पण मन असं कधीच हरवलं नव्हतं. तिच्या सौंदर्यात तो प्रथमदर्शनीच गुंतून गेला होता. त्याचं नातं वेगळं होतं, पण त्याच्या मनातली मूर्त स्त्री मात्र मानसीच होती. जी या क्षणी समोर होती. एकांत होता. चांदण्यानं निथळणारा परिसर होता. हवेतला गारवा बोचणारा होता.

"गुड नाइट."

स्वतःला सावरून तो उभा राहिला. तीपण उठली. जाण्यापूर्वी तिचे हात हातात धरून तो म्हणाला,

"गुड नाइट! पण मला झोप येणार नाही."

"का?"

तिला आपल्या मिठीत आवेगानं ओढून घेत तो म्हणाला,

"सारं समजत असून असं वेड का पांघरतेस? मी तुझ्यावर प्रेम करतोय. कसं सांगू?"

त्या अचानक पडलेल्या विळख्यानं मानसी चमकली, तिनं प्रतिकार केला; पण त्याच्या ओढीनं ती नकळत भारली गेली. त्या अनोख्या स्पर्शानं, जाणिवेनं ती वेडी झाली. जणू या क्षणी या जगात फक्त ती आणि संतोष दोघंच होते. "संतोष, संतोष." त्याला बिलगून ती रडत होती. रडता-रडता फुलत होती. कळीची पाकळी उमलत होती, स्वत:च्या अपरिचित गंधानं तीच भारली होती. साऱ्या कमल परागांना केसराचा गंध लाभला होता. मानसीनं डोळे सुखानं मिटून घेतले होते. कोमेजणं आणि उमलणं यातलं अंतर तिला समजलं होतं, सारं समजूनही काहीच समजत नव्हतं. ताजच्या साक्षीनं तिचं जीवन फुललं होतं. बाहेरचा शुभ्र ताज मात्र मुमताजच्या आठवणीत हरवला होता. विरहगीत गात एकटाच चांदण्यांत उभा होता.

दूरवर मशिदीतून 'आजा' कानांवर आली. मानसीला अस्पष्ट जाग आली. सारं शरीर सुखानं जडावलं होतं. मन तरल झालं होतं. डोळे उघडत नव्हते. तरी कष्टानं तिनं पापण्या उघडल्या. वरचं नक्षीदार छप्पर, लटकणारी झुंबरं, अंथरलेले रुजामे, समोरच्या भिंतीवर रेखलेली, 'मद्याची सुरई घेतलेली साकी'! मानसी कुशीवर वळली. संतोष गाढ झोपेत होता, मानसी चमकली. झिंग आणणारी कालची रात्र, बेहोशी, सुखानं मंतरलेले ते क्षण, भरतीसरशी येणारे सुखाचे, आवेगाचे क्षण, त्यांत चिंब भिजलेली रात्र! शुभ्र ताजवर टपटपणारे दवबिंदू, ओलाचिंब परिसर सारं आठवलं. ती अनुभवानं मोहरून गेलेली मानसी होती. या साऱ्या नैसर्गिक भावनांवर तिचा अधिकार होता. का म्हणून वंचित राहायचं? सारी रात्र संतोष परोपरीनं तिला उमलवत होता.

"मनू यात पाप कसं? तू मला आवडतेस. मी तुझा जिवाभावाचा मित्र. तुला सुखी करण्यासाठी धडपडणारा. जेव्हा दोन जीव गुंतले जातात, तेव्हा त्यात पाप कसं?"

तिचे काळेभोर, लांबसडक केस साऱ्या उशीवर पसरले होते. त्यावर तिची नाजूक मान विसावली होती. निसर्गानं सौंदर्याच्या मुशीत ओतून तिला निर्माण केलं होतं. त्या सौंदर्याच्या अनोख्या साक्षात्कारानं संतोष स्तिमित झाला होता. त्याच्या स्पर्शातून मानसीला जीवन उमजलं होतं.

ती लाडानं त्याला बिलगली. त्या गाढ झोपेतही तो हसला. विश्वासानं विसावलेल्या मानसीच्या कानात म्हणाला,

"मनू, आज दिवस उगवणारच नाही. आजची रात्र चोवीस तासांची आहे."

संध्याकाळच्या दिव्यांनी हॉटेल लखलखत होतं. संतोष, मानसी अंघोळ आटोपून आत्ता कुठे नाश्ता मागवत होते. तो पुन्हा सोफ्यावर आडवा होणार, ते बघून ती म्हणाली,

"अहो नबाबजादे, आज आहे पौर्णिमा! आज तर ताज पाहायचा. चला ना!"

"ठीक. बेगमसाहिबांची मर्जी! चला. पण खरं सांगू? मी खरा शहजादा असतो ना, तर तुला गुलाबपाकळ्यांवरून चालवत नेलं असतं. कबरीतल्या मुमताज-बेगमला भास झाला असता की, तिचाच पुनर्जन्म झालाय; इतकी माझी मुमताज सुंदर आहे."

"कसं रे तुला बोलायला सुचतं?" ती कौतुकानं म्हणाली.

"त्यासाठी प्रेमात पडायला हवं."

"मग मी नाही प्रेमात पडले? तुझ्या?"

"मानसी माणसाला खऱ्या प्रीतीचा साक्षात्कार क्वचितच होतो; पण जेव्हा तो क्षण समोर असतो ना, त्या वेळी त्या क्षणावर सर्वस्व ओतावं तरच आपण त्यात सामावून जातो. स्वत: काही अनुभवतो. जीवन तृप्त करतो. पण तू फार अवघडून, संकोचून गेली आहेस. असं का? मनात काहीतरी सल आहे तो विसरू शकत नाहीस. मामाची आठवण येते की त्याची आठवण येते म्हणून मला जवळ करतेस तेच मला कधी कधी समजत नाही."

त्याच्या या उद्गारावर ती एकाएकी खांद्यावर मान टेकवून ओक्साबोक्शी रडायला लागली. तो साठलेला बांध अनिर्बंधपणे कोसळत होता. आजवरचा सल, मुकी वेदना, संयमाचा बांध फोडून निघाली होती. तिचं ते रडणं बघून संतोष गडबडून गेला. तिला शांत करत तो म्हणत होता,

"मनू, काय झालं! काय झालं मनू?"

"संतोष, त्यांची आठवण काढू नकोस. मी आज सुखाच्या राशीवर उभी आहे. तिथून माझं मन मागं फिरेल असं निदान या क्षणी बोलू नकोस."

"ठीक आहे. पण आता रडणं बंद! हास बघू. तोंड धुऊन घे. छान तयार हो. आपण ताज बघायला जाऊ. मात्र मी सांगेन ती साडी नेसशील ना?"

त्यानं स्वत:च्या बॅगेतून क्रीम कलरची सिल्कची साडी काढून तिच्यासमोर धरली. त्याला मोरपंखी किनार होती. पदर भला मोठा होता. तेवढ्यात बेल वाजली. एका प्लेटमध्ये मोगरीचे गजरे घेऊन वेटर दारात उभा होता. संतोष खुशीनं हसला.

भरघोस केसांच्या गाठीवर मोगरीचे वळेसर लेवून, मोरपंखी किनारीची साडी नेसून मानसी समोर उभी राहिली तेव्हा संतोषचा नजरेवर विश्वास बसेना. तिला जवळ घेऊन, तिची छबी तिला आरशात दाखवत तो म्हणाला,

"चौदवी का चाँद हो-
या आफताब हो-
जो भी हो तुम खुदा की कसम-
लाजवाब हो!"

चांदण्यानं ताज निथळत होता. समोरच्या पाण्यावर चांदण्यानं पखरण घातली होती. ती भव्य वास्तू पावित्र्यानं झळाळून उठली होती. इतकी गर्दी होती, पण प्रत्येक जण शांतपणे ती प्रीतीची कलाकृती निरखत होता. त्या शांततेचा भंग करावा असं कुणालाच वाटत नव्हतं.

संतोष-मानसी हातात हात गुंफून दूर एका कोपऱ्यात बाकावर बसले होते.

"मनू, औरंगजेबानं म्हाताऱ्या शहाजहानला कैद करून फत्तेपूर शिक्रीच्या किल्ल्यात बंद करून ठेवलं होतं. त्या साऱ्या वैभवाचा स्वामी असणारा बादशहा दु:खी होता. वैभवाला मुकला म्हणून नव्हे, मुलगा दुष्ट निघाला, त्यानं भावांचे वध केले म्हणूनही नव्हे, तर या ताजचं दर्शन त्याला घडत नव्हतं म्हणून तो शोक करायचा. त्याचं प्रेम, त्याची व्यथा या यमुनेनं ऐकली आहे. त्याची दृष्टी अधू झाली. नजरेला ताज स्पष्ट दिसत नव्हता. शेवटी बंदिवासाच्या दगडी भिंतीत एक आरसा बसवला. त्यामध्ये तो ताजचं प्रतिबिंब पाहत असे."

"पण मी म्हणते, इतक्या बेगमा होत्या. त्यात मुमताज महलनंच मन कसं व्यापून घेतलं असेल?" विचारात हरवलेली मानसी म्हणाली.

"हजारो दिवे जळत असतात. पण आपल्या मनात एखादाच रोशनी पेटवून जातो. अनेक क्षण येतात जातात पण एखादाच क्षण, जीवनाचा अर्थ सांगून जातो. जसं आपलं झालंय."

"पण संतोष, तो बादशहा होता. धनवान होता. म्हणून तर इतकी वैभवशाली इमारत उभी राहिली पण अनेक प्रेमिक मनातून प्रीतीचे ताज बांधत असतीलच ना? ते स्मारक इतक्याच मोलाचं नव्हे?" मानसी त्याच्या हातावर कपाळ टेकवत म्हणाली.

"तेच आपल्या नशिबात आहे. मनू, हे आठ दिवस सरले की सारा जन्म या हळव्या क्षणांच्या आठवणीत काढायचा आहे." त्या उद्गारासरशी मानसी दचकली.

"संतोष, असं बोलू नकोस. सुखाचं दालन आत्ता कुठे उघडलंय. लगेच विरहाची गोष्ट मनात का आणतोस? नाही रे, आता दूर होऊ नकोस. मी वेडी होऊन जाईन." त्याला बिलगून कातरपणे ती म्हणाली.

संतोष चमकला. तिला व स्वत:ला सावरत तो म्हणाला,

"जसा काही आजच मी निघालोय, सध्या फक्त आपण दोघं. दुसरं जग नाहीच नजरेसमोर. चल, आपण निघू."

ती सारी रात्र ताजच्या आठवणीत सरत होती, शहाजहानच्या वेदनेनं झरत होती. सारे सुखाचे मधुघट ओसंडून वाहत होते. संतोष-मानसी त्यात भिजून चिंब होत होते.

◆

गेले चार दिवस, चार रात्री ओसंडून वाहत होत्या. भावनांच्या आवेगात मानसी पूर्ण बुडून गेली होती.

दुपारची वेळ होती. आळसभरली दुपार सरत होती. संतोष गाढ झोपून गेला होता. मोठ्या विश्वासानं तो मानसीच्या शेजारी पहुडला होता. चेहरा तृप्तीनं भारला होता. गालावरचा काळा टपोरा तीळ! मानसीला तो फार आवडत होता. अनेकदा तिनं त्या तिळाला स्पर्श केला होता. कुरवाळलं होतं. तिच्या मनाला त्याचा मोह पडला होता. आत्तापण हळूच त्यावर ओठ टेकावे असं वाटून ती उठणार तोच त्याची झोप मोडेल म्हणून ती परत बिछान्यावर टेकली. छतावर पंखा गरगरत होता. तसं मानसीचं मन विचारात भिरभिरत होतं.

हे जे नवं पर्व जीवनात भिरभिरत आलं होतं, त्यानं तिला कुठल्या कुठं नेऊन पोचवलं होतं. आसमानातले सारे रंग, गंध तिच्यासमोर पसरून खुणावत होते. सूर्यकिरणांची महिरप जीवनाला वेढून गेली होती. चांदण्यानं सारा शुभ्र कापूस तिच्यावर उधळून जीवनाला चंदेरी झालर लावली होती. सारी गात्रं बहरून उमलली होती.

इतकं सुख असतं समर्पणात! देण्यात अन् घेण्यात? तिची तीच स्वत: नवलानं तो मनोहारी डाव आठवत होती. रितं होणं, भारून जाणं सारंच अनोखं होतं. संतोषनं तिचं जीवन भारून टाकलं होतं. मनानं, शरीरानं ती पूर्ण त्याची झाली होती. प्रत्येक क्षण त्याच्यासाठी जगली होती, जगणार होती.

जगणार होती?

मग रितेन?

आई-वडील?

सासू-सासरे?

समाज?

खुद्द संतोष?

त्यापेक्षा ती स्वत:?

मी?

मी आता पूर्ण संतोषची आहे. परत रितेनकडे कशी जाणार?

जे मन, शरीर पूर्णत: संतोषला दिलं, त्यावर रितेनचा आता अधिकारच नाही.

नाटक करणं, मला जमणार नाही.

रितेननं आधीच तर सारं स्पष्ट केलंय. उलट मी खरं सांगेन तर?...

...तर तो दुखावेल कदाचित.

पण निश्चित मला समजून घेईल. माझी वाट मोकळी करून देईल.

इतका विश्वास आहे?

मग त्या मोठ्या मनाच्या माणसाला झिडकारतेस का?

शरीरसुखाचा मोह पडला?

की स्वार्थ आडवा आला?

ती विचार करण्याची वेळ आता संपून गेलीय.

तशीच राहीन हा भ्रम आता उतरून गेलाय.

आता ज्या धारेला जीवन लागलंय, तीच धारा नेईल त्या दिशेला वाहायला हवं आणि ते वाहणं सुखाचं आहे.

आजवर स्वत:च्या मनाशी झगडले.

आता समाजाशी!

झगडशील?

तो सामना करू शकशील? या विचारानं मानसी दचकली.

अस्वस्थ झाली. बिछान्यावरून ती उठली. आरशासमोर उभी राहिली. तिला आपल्या सौंदर्याची नव्यानं जाणीव झाली. आजवरची अनाघ्रात कळी पूर्ण विकसित रूपात आरशात दिसत होती. आपल्या रूपाकडे तीच कौतुकानं बघत होती. आता ते सारं सौंदर्य संतोषचं होतं. तिचं मन भरून आलं. ती कॉटजवळ जाऊन, त्याला हलवून जागं करत म्हणाली,

''ए आळशी माणसा, ऊठ ना!''

''उठू? उठून काय करू सांग?''

''संतोष!'' त्याला बिलगत ती म्हणाली, ''संतोष, आता पुढं काय करायचं?''

''काय म्हणजे? दिल्लीला परतायचं. भरपूर काम करायचं. मामा येईपर्यंत खूप भटकायचं.''

''आणि ते आल्यावर?''

''तो आल्यावर त्याची ठेव त्याला परत करायची.'' तो डोळे मिटूनच बोलत होता.

''काय? मी परत जायचं? त्यांच्याबरोबर?'' ती कशीबशी उद्गारली. तिचा घसा सुकला होता.

“मग?”

“संतोष, उठून बस. नीट सांग.”

तो उठून बसला. तिला जवळ ओढून घेत म्हणाला,

“काय म्हणतेस बोल.”

“संतोष, आपण इतके एकरूप झालोय. आता परत दूर होऊन सारं नाटक करणं मला निभावणार नाही.” ती रडवेली झाली होती.

“पण मामा?”

“संतोष, सांगते ऐक. जे सुख तू दिलंस ना, ते, ते देऊ शकत नाहीत. ते जीवन नाटकी आहे. सुखाचा फसवा आभास आहे. संतोष मी खऱ्या अर्थानं तुझी आहे. आता परत तिथे जाणं हेच पाप आहे. मला ते जमणार नाही.”

संतोष थक्क होऊन म्हणाला,

“काय सांगतेस मनू? माझा विश्वास बसत नाही. खरं सांगतेस?”

“संतोष, रितेनची मी पत्नी आहे. त्याच्या दोषासकट मी त्याला स्वीकारलं. तू विचारशील अशी अगतिकपणानं बळी का गेलीस? ते बळी जाणं नव्हतं संतोष, तर समर्पण होतं.”

“शी! कसलं दुबळं तत्त्वज्ञान बोलतेस मनू? आणि मामा? त्यानं तुला चक्क बनवावं?”

“नाही संतोष. त्यांना दोष देऊ नकोस. त्यांनी माझी वाट पहिल्या दिवशीच मोकळी ठेवली होती.”

“मग? का ते बंधन झटकून बाहेर पडली नाहीस?” संतोष रागानं म्हणाला.

“स्वत:बद्दलचा फाजील आत्मविश्वास असेल किंवा निसर्गाच्या ओढीचा परिचय मला झाला नसेल; पण ते बंधन माझ्यावर लादलेलं नव्हतं, तर ते बंधन मी स्वीकारलेलं होतं. ते जाऊ दे संतोष. पण आज मी खऱ्या अर्थानं तुझी झालेय. मला परत त्या घरात पाठवू नकोस. शरीरानं, मनानं सर्वार्थानं मी तुझी आहे. आपण दोघं एकत्र राहू. सन्मानानं पत्नीपद मला दे. रितेनला सर्व सांगण्याचं धैर्य माझ्याठायी आहे. संतोष, प्रेम हे तेव्हाच सफल होतं, जेव्हा ते जबाबदारी स्वीकारतं. ती तू स्वीकार, संतोष हा धागा असा तोडू नकोस रे!”

“मानसी, हे सारं घडेल असं वाटलं नव्हतं. मुद्दाम घडवून मी तुझा फायदा घेतला नाही.” संतोष कसाबसा बोलला.

“हे खरं नव्हे संतोष, तुला मी आवडत होते. तुझ्या मनातली मूर्त स्त्री मी होते खरं ना? मग हा एकांत, ही जवळीक, हा स्नेह, या साऱ्याचा शेवट काय होईल असं तुला वाटलं होतं? सांग ना?” मानसी म्हणाली.

“तुलाही कल्पना होती तर!”

"म्हणूनच मी पुण्याला परत जात होते. जायला हवं होतं, पण पुन्हा स्वत:वरचा विश्वास नडला. संतोष आपण दोष कुणालाच द्यायचा नाही. तुझं प्रेम आहे म्हणतोस. मीही सुखी आहे. हे जर सत्य असेल, तर आपण ते सत्य स्वीकारायला नको?" मानसीनं विचारलं. संतोष स्तब्ध बसला होता. बोलत नव्हता. मानसी चमकली. तिचा हात हातात घेऊन तो हलकेच म्हणाला,

"मनू, तुझं म्हणणं खरं आहे. पटतं, पण स्वीकारणं अवघड आहे. तू सदा माझीच असशील. केव्हाही दिल्लीला ये. आपण भेटू. तुझ्यासाठी अर्ध्या रात्री मी धावेन. पण..."

"पण काय?"

"जे आहे ते नातं मी बदलू शकणार नाही."

त्याचा थंडपणा बघून मानसी चमकली. त्याला बिलगून रडत म्हणाली,

"संतोष आता मागं सरू नकोस. नाहीतर प्रेम या शब्दावरचा माझा विश्वास संपून जाईल. तू थोडं धैर्य दाखव. मी डायव्होर्स घेते. तेवढं धाडस माझ्यात आणेन. खोटं वागण्यापेक्षा सत्याला सामोरं जाणं मी पसंत करते."

"डायव्होर्स घेऊन काय करायचं?" त्यानं विचारलं.

"लग्न करायचं आपण दोघांनी. समाज चार दिवस हसेल. नावं ठेवेल. ते मी सोसेन! पण व्यभिचारी जीवन मला झेपणार नाही. संतोष विचार कर. मनानं आपण एक झालोय. किती हळुवार धागे जुळलेत, ते तुटले तर आपण पार उद्‌ध्वस्त होऊ रे." मानसी व्याकूळली होती.

संतोष गप्प होता. बोलत नव्हता. विचारात हरवला होता.

"संतोष, अरे बोल ना. माझे प्राण कंठाशी आलेत. सांग, आता दुरावताना तुला दु:ख होणार नाही? गेले चार दिवस आठव."

"होय मनू, त्या चार दिवसांवरच माझा जीव मी कुर्बान करेन. पण ती आठवण मनातच! आपण उघडपणे लग्न करून, एकत्र येऊन आनंद लुटेपर्यंत- मधला रस्ता इतका भयानक आहे की, सारा आनंद कटू होऊन जाईल. तुला जगाची कल्पना नाही. आजी, आजोबा, आई, बाबा आणि स्वत: मामा. नाही मानसी, यांना दुखवून आपण कोणतं सुख साधणार आहोत?"

"मग काय करायचं म्हणतोस?" ती शुष्कपणानं म्हणाली. तिचा सारा जोश उतरला होता. अंग थरथरत होतं. चेहरा पांढरा पडला होता.

"मी वचन देतो तुला मनू, ज्या क्षणी तू साद घालशील, त्या क्षणी मी धावेन. तुला सुख देईन. मदत करेन. सावरेन, पण तू सांगतेस तो मार्ग मी स्वीकारू शकत नाही."

"का?"

''माझं करिअर, माझं प्रेस्टिज यांना केवढा धक्का बसेल! ते हरवलं तर मी उद्ध्वस्त होईन. आणि उद्ध्वस्त मनानं मी सुख भोगू शकणार नाही. त्यापेक्षा मी सांगतो, ते सुखाचं आहे. सारं सावरलं जाईल. झाकलं जाईल.''

ते शब्द ऐकताच मानसी झटकन उठून उभी राहिली. ती थरथरत होती.

''संतोष, तू मला कोणता मार्ग सांगतो आहेस ते समजतंय तुला? तू मला व्यभिचार शिकवतो आहेस. सुखासाठी तू मी जवळ येणार आणि एरवी सभ्यतेचे मुखवटे लावून फिरणार?''

''सर्व जण तेच करतात.''

''करत असतील, पण मी करणार नाही!''

''मग काय करणार आहेस?'' त्यानं धास्तावून म्हटलं.

''घाबरू नकोस. तुझं नाव खराब करणार नाही. पण मी जे करेन, त्याच्याशी तुझा काहीच संबंध असणार नाही.''

''मनू!''

''ते नाव घेऊ नकोस. प्रेमाचंही नाव घेऊ नकोस. प्रेम पवित्र असतं, जे पवित्र असतं, ते स्वीकारायचं धैर्य नाही, अशा माणसांना काय म्हणतात ठाऊक आहे? भेकड, स्वार्थी, नीच!''

''तू तर माझी मामी होतीस. तुला नाही भूल पडली? दोष मलाच का देतेस?'' तो स्वतःचा बचाव करत बोलला.

''मी तुझ्यावर लुब्ध झाले. ती व्यक्तीवर नव्हे, शरीरावर पण नव्हे, पण एक संपूर्ण समर्थ प्रीतीच्या क्षणांना मी कवटाळलं आणि तेच कवटाळत मरणाला मिठी मारण्याचं धैर्य माझ्यात आहे. नव्हे होतं. पण आता नाही. कारण जे मी स्वीकारलं, त्यासाठी इतकी कुर्बानी करावी अशी तुझी लायकी नाही.''

''माझं ऐक मानसी.''

''काही बोलू नकोस संतोष. मी स्वप्नाळू मनाची! प्रीती हा नाजूक शब्द फार नाजूक रितीनं मनात साकारला होता. कधी साकारला ते मलापण समजलं नव्हतं. माझं मन त्या नाजूक कोशातच गुरफटून गेलं होतं. पण आज कळलं, संतोष तो चमकणारा रंगीत कोश एक जाळं असतं. माझ्यासारखी भाववेडी अलगद त्यात अडकते, तुझ्यासारखे शिकारी अलगद झडप घालतात.''

''मानसी, माझ्या प्रेमाचा अपमान करू नकोस.''

''प्रेम? या जगात प्रेम असतं? आईचं, वडिलांचं प्रेम हे प्रेम असतं की कर्तव्य? तोदेखील आज मनाला संभ्रम पडलेला आहे. प्रेमाची गाथा मला ऐकवू नकोस. आज, आता, या क्षणी इथून निघायचं आहे. तू नेतोस की मी निघू?''

मानसी गालिच्यावर पालथी पडून रडत होती. सारं जीवन भंगून गेलं होतं.

त्याचं विदारक रूप ती बघू शकत नव्हती. भंगलेलं स्वप्न वेडावत होतं. भोगलेले क्षण फटकारत होते. ना ऐलतीर ना पैलतीर, अशी ती मधेच घुसमटत होती. संतोषचाच नव्हे साऱ्या जगाचा विलक्षण तिटकारा मनात निर्माण झाला होता.

समोरचा ताज निस्तेज झाला होता. यमुनेची सळसळ स्तब्ध झाली होती. चांदण्याची गहराई ओसरून गेली होती. संतोष, मानसीची गाडी दिल्लीच्या रोखानं निघाली होती, आत बसलेले दोघं मात्र पूर्ण दुरावलेले होते.

◆

नीता आठ दिवसांसाठी बाहेरगावी गेली होती. संतोष व मानसी लवकर परत येतील याची तिला कल्पना नसावी.

गाडी पोर्चच्या दरवाजातच उभी राहिली. बंद दरवाजा बघून मानसी सुन्न झाली. 'नीतावन्स नाहीत की काय? आता त्या येईपर्यंत इथं दिवस काढायचे? या बंगल्यात? संतोषसोबत?'

येताना सर्व प्रवास तिनं न बोलता केला होता. मनातल्या वादळात ती घुसमटून गेली होती. अखेर हे जीवन असं चक्रीवादळच ठरणार आहे का? भिरभिरणं, कोसळणं, सावरणं आणि भिरभिरणं हेच तर चाललंय. पण आता इथे राहायचं नाही. ही प्रचंड ओढ, जिला सावरणं फार अवघड जातंय. प्रवाहपतितासारखं असं वाहणं फार अगतिक बनवतंय! हा शेजारी बसलेला संतोष लोभस, मन वेधून घेणारा, चतुर, मनस्वी, सारी भुरळ पाडणारी आयुधं घेऊन सज्ज आहे. शिकारी असाच असतो. मीपण वाहावले. सावरू शकले नाही. झालं इतकं खूप झालं. आता इथे राहायचं नाही.

सामान उतरवून घेऊन मानसी चालू लागली. संतोषनं दरवाजा उघडला. त्या वेळी त्याची जवळीक जाणवली, तशी मानसी झटकन घरात गेली व तिनं स्वतःची खोली गाठली. दरवाजा घट्ट बंद केला. पलंगावर पालथी पडून ती रडत होती. तशीच झोप लागली. जाग आली तर दरवाजाची कडी वाजत होती. नाराजीनं तिनं दरवाजा उघडला. संतोष स्वच्छ कपड्यात उभा होता. ताजातवाना, टवटवीत दिसत होता.

"हे काय? कपडे बदलले नाही? मी जेवणाची तयारी केलीय, ये ना! आमच्या आईसाहेब आठ दिवस येणार नाहीत. चिठ्ठी ठेवून गेल्यात.''

स्नान आटोपून, हाउस कोट चढवून, मानसी जिना उतरून खाली येत होती. ओले केस पाठीवर पसरले होते. चेहरा गंभीर होता. पण त्यावरचं सौंदर्य, तेज लपत नव्हतं. संतोषनं तिच्याकडे बघितलं. त्याचं मन भरून आलं. हीच ती स्त्री होती, जिला त्यानं

मनापासून आपलं मानलं होतं. जीव ओतून प्रेम केलं होतं. तिला हसवणं, खुलवणं, सुखी बघणं यात तो हरवून गेला होता आणि आता ज्या वेळी सर्व सुख मुक्तपणानं समोर उभं होतं त्याच वेळी ही अशी उदास झाली. असं व्हायला नको.

संतोष आवेगानं उठला. पायरी उतरणाऱ्या मानसीला त्यानं हात दिला. हलकेच तिला सावरत जेवणाच्या टेबलाजवळ आणलं. खुर्ची ओढून तिला बसवत म्हणाला,

''चल मनू, थोडं खाऊन घे-''

''मला भूक नाही.'' ती तुटकपणे म्हणाली.

तिच्या पाठीमागून वाकून तो आर्जवानं म्हणाला,

''मलापण भूक नाही, पण माझ्यासाठी.''

तिच्या ओल्या केसांवरून हात फिरवत तो बोलणार, तोच तिनं झटक्यानं त्याचा हात दूर केला. हसून तो म्हणाला,

''माझ्यावर रागव, पण बघ तरी मी काय बनवलंय?'' चमचा तिच्या तोंडासमोर धरत तो म्हणाला,

''खा.''

''तू? तू खूप बनवलंस मला.''

''ते आपण नंतर बोलू, आधी जेव, माझा राग जेवणावर नको.''

''रागावून काय करणार आहे?'' जेवण संपवून उठत ती म्हणाली.

''मनू, ऐक.''

सोफ्यावर तिच्याशेजारी बसत संतोष म्हणाला. ती दूर सरकून बसली. तो हसला.

''असं दूर सरकून मला दूर थोडंच करू शकणार आहेस?''

''तेच तर दुःख आहे ना? तुझ्याशी इतकी एकरूप झाले तेच चुकलं. आता खुशाल दूर होण्याची भाषा करतोस? इतकी जवळीक साधल्यावर? पुन्हा जुने मुखवटे घालायचे आणि वावरायचं? छी! मला कल्पनाही सोसत नाही.'' ती शहारून म्हणाली.

''इथेच तू चुकतेस. समजून घे मनू. मी तुझ्यावर जिवापाड प्रेम करतो. दुसरी स्त्री माझ्या जीवनात येणार नाही. विश्वास ठेव.''

''संतोष, मी प्रेमावर विश्वास ठेवूनच तर समर्पण केलं. मी प्रेम केलं, त्या हळव्या क्षणांवर, तुझ्या भरवशावर.''

''मग तो विश्वास आता कुठे गमावला?''

''संतोष, जे प्रेम समाजासमोर उजळ माथ्यानं येऊ शकत नाही ना, ते प्रेम प्रेम नव्हे.''

''मग?''

''ते अंधारातलं पाप असतं. आणि प्रेमात पाप नसतं. प्रेम म्हणजे पावित्र्य,

सौंदर्य, माधुर्य! त्यात चोरटेपणा नसतो.'' मानसी रागात होती.

"मनू, तू फार स्वप्नाळू आहेस, आधी एक गोष्ट सांगतो, विश्वास ठेव. रितेनमामा आणि तू असे दुर्दैवी फेऱ्यात गुरफटला आहात याची मला जाणीव नव्हती. जाणीवपूर्वक मी काही केलं असतं, तर ते पाप होतं. पण मी प्रेम केलं. दुर्दैव असलं तर इथेच आहे. कारण मी मामीवर प्रेम केलं. पण माझं प्रेम व्यक्तीवर आहे, नात्यावर नव्हे.''

"म्हणूनच म्हणते संतोष, या प्रेमाला एका नात्याचं रूप दे. पाप, व्यभिचार मला झेपणारा नाही, सत्याला मी सामोरी जाईन. त्याच्या वेदना सोसेन. पण चोरून भेटणं, सुखाचा आभास निर्माण करणं, मला दुःख देणारं आहे. संतोष, थोडा धीर धर. विचार कर. आपण प्रेम केलं ते प्रेम असं लपवू नकोस. खरं प्रेम सारं धैर्य देतं. पण यांना फसवणं मला जमणार नाही.''

संतोष समोर बघत म्हणाला,

"मानसी, आपण असे विचित्र गुंतून गेलो आहोत की, या गुंतण्याला दुःख हेच उत्तर आहे. आपण एकत्र येऊ, उजळ माथ्यानं. कदाचित सत्याला जवळ करून जवळ येऊ; पण मानसी हा समाज आपल्याला सुखानं जगू देणार नाही. माझी आई, तुझी आई, मामा आणि समाज; सर्वांना दुखवून आपण निखळ प्रेम करू शकू? इतके निर्लज्ज आपण असतो, तर रितेनमामाला पहिल्याच दिवशी तू झिडकारलं असतंस; पण तू एक संस्कारी मुलगी! म्हणून सोसत गेलीस.'' त्याचा आवाज कोरडा झाला होता.

"पण शेवटी काय झालं? घसरलेच ना?''

"असं का मानतेस मनू? तू, मी व सारेच एका हळव्या भावनेला मनात जोपासत असतो. ती भावना म्हणजे पाप नसतं. तर प्रीतीची एक जाणीव असते. असे आपण दोघं एकाकी, चिरविरही चुकून भेटलो. त्या क्षणी सावरणं हा प्रश्नच नव्हता. तर भेटणं, समर्पण करणं हेच घडणार होतं. माझं किंवा तुझं प्रेम हे केवळ शारीरिक किंवा भावनेच्या भरातलं वागणं असं का समजतेस?''

"पण पुढं काय करायचं?'' ती विचारात हरवत बोलली.

"आहे तसंच चालवायचं.''

"म्हणजे? संतोष, मला माफ कर. तुझं प्रेम मी मानते, पण माझं मलाच समजेनासं झालं आहे. मला वाटतं हे सर्व यापुढं बंद व्हायला हवं. कठोरपणानं या भावनेला तिलांजली द्यायला हवी.''

"मनू!'' संतोष तिचा कणखरपणा बघून दचकला.

"होय संतोष, जे क्षण मी भोगले ते अन् तेवढेच क्षण मी जपेन. तू धैर्य दाखवलंस तर मी नवीन जीवन स्वीकारायला, सोसायला तयार आहे; पण जर ते

धैर्य तुझ्या ठायी नसेल, तर आपण इथेच थांबू. परत-परत मला भेटू नकोस. मी जिथे असेन, तिथे येऊ नको. खूप स्त्रिया स्वैर वागतही असतील. त्यांच्या मनाची ठेवण वेगळी असेल, पण मला मात्र असं चोरून भेटणं, कुणाला फसवणं जमणार नाही.'' ती निर्धारानं बोलत होती.

''मानसी, म्हणजे तू पश्चात्ताप करत जगणार? तुझ्या दुःखाला मीच कारण ठरावं ना!'' संतोष उदास झाला होता.

''माझं मलाच समजत नाही. फेसाळत्या लाटेत गरगरत घुसमटत जावं असं मला झालंय. संतोष, माझं उद्याचं तिकीट काढ. मी उद्या निघणार.''

''पण आई येऊ दे ना!''

''त्याची गरज नाही, त्यांना तू काहीही सबब सांग, पण एकदा मोहाची ओळख झाली की, मग पुन्हा त्यात गुंतणं अटळ आहे. जे चिरंतन नाही, तो मोहच नव्हे?''

''मनू, तू माझं चिरंतन स्वप्न आहेस.''

''मग तू स्वप्नातच जग संतोष. मी जाते. वास्तवाशी मला सामना करायचा आहे. तो मी करेन, पण... पण...'' तिला हुंदका फुटला. रडत त्याच्या खांद्यावर मान टेकून ती हुंदके आवरत म्हणाली,

''एकदाच म्हण, एकदाच सांग की, तुझं प्रेम फसवं नव्हतं.''

दोघांच्या डोळ्यांतून अश्रूंचा बांध फुटून वाहत होता. घरात विचित्र शांतता पसरली होती. खिडकीशी बांधलेल्या छोट्या घंटांचा किण् किण् असा मधुर नाद त्या शांततेचा भंग करत होता, पण त्यातलं माधुर्य मानसीच्या मनापर्यंत पोचतच नव्हतं.

◆

मानसी पुण्याला परतली. आता परत आलेली मानसी कुणी वेगळीच होती. दिल्ली ते पुणे या मधल्या प्रवासात खूप घडून गेलं होतं. सारं जीवन एका वेगळ्या आवर्तातून निमिषार्धात सरून गेलं होतं. ते आवर्त, ती भोबंड यांत ती अजूनी गरगरत होती. लहानपणी पुण्यात एक 'मीनाबझार' आला होता. त्यातल्या जायंट-व्हीलवर बसलेली मानसी, त्यावरून उतरल्यानंतरसुद्धा कितीतरी वेळ गरगरतच होती. कितीतरी वेळ भोवळ आल्यागत तिला झालं होतं. आताही तसंच वाटत होतं. त्या जायंट-व्हीलमधून गरगरणं, भिरभिरत उतरणं सुखद वाटलं होतं. पण एकदा पाय धरतीला टेकले, आकाश दूर राहिलं आणि जाणीव झाली की, आकाश आणि धरती ही सदा दूरच असतात. आकाश धरतीवर ओथंबून प्रेम करत असतं, आपल्या अनेक रंगछटांनी, नक्षत्रलेण्यांनी तिला मोहवत असतं, अनुनय करत

असतं. पण मधलं अंतर कधी सरतच नसतं. चिरविरहाचा शाप घेऊनच ही प्रीती जन्माला आलेली असते. क्षितिजाकडेवर क्वचित धरती आकाशात मिसळतेय असा भास होतो. पण तो भास असतो. फसवा आभास असतो.

भास?

जे घडलं ते सत्य होतं. भास कसा?

पुण्याला आल्यापासून माई मानसीकडे लक्ष देऊन बघत होत्या. तिचं वागणं तुटक झालं होतं. बोलणं कमी झालं होतं. उत्साह ओसरला होता. बागेकडे ती लक्ष देत नव्हती. आपल्या खोलीत पडून एकटक ती छताकडे नजर लावून पडलेली असे. मोजकंच बोलत होती. मोजकंच हसत होती. न राहावून माईंनी विचारलं,

"मानसी, अशी गप्प का आहेस? नीता भांडली तर नाही ना? ती आहेच फटकळ. काही झालं असेल तरी मनात धरू नकोस."

"छे, छे!" मानसी गडबडीनं म्हणाली, "तसं काहीच नाही. त्या सर्वांनी खूप छान वागवलं मला. दिल्ली खूप आवडली."

"आणि मानवलीय पण!" माई कौतुकानं म्हणाल्या.

"खरंच! खूप छान हवा होती. घरदेखील छान आहे, नीतावन्सचं! खूप फिरले, खूप पाहिलं. तुमच्यासाठी शालही आणली आहे."

"असं? कुठे कुठे गेला होता?" माईंनी विचारलं.

"सारी दिल्ली, मथुरा, आग्रा, फत्तेपूर शिक्री-"

"नीतानं तुझ्यासाठी एवढा वेळ काढला कसा? मागं मी गेले होते, तेव्हा तिचं आपलं वेगळंच सगळं! घरात म्हणून टिकायची नाही. तिला तेच ते बघून, तेच ते दाखवून खूप कंटाळा आलाय म्हणाली, मात्र तुझ्याबरोबर आली. तशी लहरी आहे!"

यावर अडखळत मानसी म्हणाली,

"त्या आल्याच नव्हत्या?"

"मग? एखादी टुरिस्ट बस गाठून दिली की काय कारटीनं? करेल बाई, काही करेल ती!"

"तसं नव्हे." मानसी सावकाश म्हणाली, "मी आणि संतोष गेलो होतो."

त्या वाक्यासरशी माईंची भेदक नजर मानसीवर खिळली. मानसी खाली मान घालून हातातल्या बांगडीशी चाळा करत होती. माई हसून म्हणाल्या-

"संतोष होता ना? मग तुला कंटाळा कसा येणार? मुलखाचा बडबड्या! सारं हौसेनं दाखवलं असणार. भारी लाघवी आहे लहानपणापासून. बरं झालं संतोषसोबत फिरून आलीस. निदान वेळ सार्थकी लागला. कंटाळा आला नसणार. नीताचं काही खरं नव्हे." माई उठता-उठता म्हणाल्या. जाताना त्यांच्या कंबरेच्या चाव्यांचा जुडगा किणकिणला. कितीतरी वेळ मानसी त्या नादात हरवली होती. विसरीन

म्हटलं तरी त्याला विसरता येत नव्हतं. राग येत होता. चीड येत होती, संताप, अगतिकता यांनी मन तडफडत होतं; पण त्याच वेळी कुठेतरी मन गुंजन करत होतं, भारून गेलेले क्षण मनाला सुखावत होते, दुखावत होते, हळवे बनवत होते. कधी सुखानं झंकारत होते. तर कुठे कधीतरी पश्चात्तापाची जाणीव आसुडासारखी फटकारत होती. तिचं तिलाच समजत नव्हतं.

रितेनला परतायला अवकाश होता. मानसी आईकडे आली होती. तिला आपल्या छोट्या घरकुलात एकदम बरं वाटलं.

''आई, मी चार दिवस फक्त आराम करणार हं! नुसती झोपून राहणार बघ.'' ती लाडानं म्हणाली.

''जशी काही थकूनच आलीय. श्रीमंत पतीची राणी ना?'' सईनं कोपरखळी दिली.

मानसी आणि सई दोघींची माहेरं शेजारीच. मानसी आली की सई धावत यायचीच. आतासुद्धा जेवून दोघी जणी माडीवरच्या कॉटवर लोळत होत्या.

''मने, सांग ना काहीतरी! दिल्लीची मजा!''

''दिल्लीची कसली मजा? श्रीमंतांची घरं, त्यांची जगण्याची तऱ्हा! सई, त्यापेक्षा आपण खूप बरे.''

''तुझी नणंद?''

''दिल्लीत जेवढ्या फॅशनेबल संस्था आहेत ना, त्यांना हजेरी लावण्याचा जणू मक्ता घेतलाय. घर निर्जीव, म्हणून जागेवर राहतं. नाहीतर ते पण फिरलं असतं सोबत.''

''अगं, मग संसार कधी करायचा?'' सई आश्चर्यानं म्हणाली.

''त्या जगात संसार करायचाच नसतो फक्त मांडायचा असतो. एक सुरेख 'शो-पीस!' फेमिनातलं एक सुरेख चित्र आपण बघतो ना, तसे ते संसार! रस नसलेले.''

''मने आणि तुझा भाचा गं? तो गं! बडबड्या! मामी, मामी करून खूप लाडात आला होता ना लग्नात?''

सईनं विचारलं, तशी मानसी दचकली. सईच्या हातावरची तिची पकड घट्ट झाली. डोळे भरून आले. सई म्हणाली,

''काय झालं मनू?''

''काही नाही गं! उगीचच.''

''उगीचच? भाच्याचं नाव काढलं की रडू येणारी मामी प्रथमच बघतेय मने, खरं सांग. तू सर्वांना फसवशील, पण मला नाही. काय झालं?''

''नाही गं! त्या चार दिवसांत तो फार प्रेमानं वागला.'' मानसी काहीतरी बोलायचं म्हणून बोलली.

"हं! आणि ते प्रेम विसरता येत नाही. असंच ना?" सई तिचा चेहरा आपल्याकडे वळवत म्हणाली.

"सई, माझं लग्न झालंय. विसरलीस!"

"खरं सांगू मने, लग्न या शब्दावरचा आणि संस्थेवरचा विश्वासच उडाला आहे माझा."

"का गं?" मानसीनं आश्चर्यानं विचारलं.

"नुसत्या अक्षता पडतात, ते लग्न असतं. पण माणसाचं मन बांधून ठेवायला तो अंतरपाट किंवा ते तांदळाचे कण अपुरे असतात. मन त्यात गुंतत नाही. फक्त शरीरानं जखडतं माणूस इतकंच!"

"वा! बऱ्याच शहाण्या झाल्यात सईबाई!" मानसी कौतुकानं म्हणाली, "कुठून आलं हे ज्ञान?"

"अगं, पूर्वी आपण फार भाबड्या होतो, पण जसं वय वाढलं, जग जवळ आलं, तसं सारं समजायला लागलं. ते जाऊ दे. तुझ्या भाच्याचं सांग." सई विषय सोडायला तयार नव्हती.

"काही नाही गं! त्या घरात तो फार एकटा आहे."

"मग लग्न करावं."

"लग्न तो करणार नाही म्हणे."

"का?"

"ते त्यालाच विचार ना? मला काय ठाऊक?"

"इतका प्रेमानं वागला म्हणतेस आणि तेवढंच तुला सांगितलं नाही?"

"सई, हात जोडते. तो विषय थांबव ना! प्लीज!"

"मनूताई, नक्की काही गडबड आहे. बरं ते जाऊ दे. रितेन कधी येणार?" सई म्हणाली.

"तेपण विचारू नको." मानसी तुटकपणानं म्हणाली.

"अगं, हे विचारू नको, ते विचारू नको, काय झालंय तुला? मनू, कधी माझ्याशी अशी वागू नकोस. माझी मैत्रीण ना तू?"

त्या उद्गारासरशी मानसीचा संयम संपला. सईच्या गळ्यात हात टाकून, मान तिच्या खांद्यावर टेकवून ती रडायला लागली. सई तिला शांतवत होती. तिचं रडणं बघून स्वत: रडत होती. थोड्या वेळानं दोघी शांत झाल्या. डोळे पुसून सई म्हणाली,

"सांगायचं नसेल, तर नको सांगू. पण मनू, अशी कुढत राहू नकोस. निदान मी असेपर्यंत."

तरी मानसी शांतच! निश्चल बसली होती. सांगावं असं वाटत होतं, पण शब्द

उमटत नव्हते. काय सांगायचं? कोणतं लपवायचं?

कोणत्या शब्दांत!

शब्द मुके झाले होते.

आजवर सईपासून काही लपवलं नव्हतं; पण लग्न झालं आणि एक अंतराय नकळत निर्माण झाला होता. शेवटी मैत्री, एक होणं याचा अर्थ तरी काय होता?

इतक्यात मानसीच्या आई माडीवर चहाचा ट्रे हाती धरून आल्या. त्या दोघी इतक्या बडबड्या, पण अशा शांत बघून त्या आश्चर्यानं म्हणाल्या,

"काय गं पोरींनो? गप्प कशा बसलात? मला वाटलं होतं की, बडबड ऐकून भिंती कंटाळल्या असणार?"

"बघा ना? या पट्टराणी कशा गप्प आहेत? श्रीमंत माणसं! मोजकंच बोलायचं." सई वरवर हसत म्हणाली.

खरंतर ती मनातून धास्तावली होती. मानसीचं नेमकं दुःख काय असेल या विचारानं गोंधळून गेली होती.

मानसीच्या आई कौतुकानं हसल्या.

"सईबाई, लग्न होऊनही कोऱ्याच तुम्ही! अगं, नवं नवं लग्न झालंय आणि रितेन परदेशात. तिला एकटं वाटणारच ना?"

"नवं लग्न? अहो वर्ष व्हायला आलं की!"

"तरीपण नवंच ना? आता एखादं मूल झालं की, मग वेळ आपोआप जाईल. कंटाळा येणार नाही."

"आई."

सई व मानसीच्या आई चमकल्या. त्यांनी मानसीकडे चमकून पाहिलं. मानसी निपचित झाली होती. हातपाय गार झाले होते. चेहरा घामानं डवरला होता.

"मनू - मनू."

दोघी तिला सावरत होत्या. वारा घालत होत्या. मानसी मात्र काष्ठवत झाली होती.

◆

गेले दहा-बारा दिवस मानसी अंथरुणात होती. शरीरातली चेतना निघून गेलीय असं तिला वाटत होतं. मन सुन्न, बधिर झालं होतं. जरा उशीवरून उठलं की, पायातलं त्राण संपल्यासारखं वाटायचं. परत ती गादीवर अंग टाकायची. अन्नावरची वासना उडाली होती. जीवन फेकून द्यावं असं वाटत होतं. विलक्षण घुसमटून,

थकून ती अंथरुणावर पडून होती. डोळ्यांच्या कडांशी अश्रू थबकले होते. पापण्या मिटलेल्या होत्या. मन मात्र दंश करत फटकारत होतं.

"कॉंग्रॅच्युलेशन्स! तुम्ही आई होणार आहात."

डॉक्टर मल्होत्रांचे शब्द आठवत होते. ती वेळ आठवत होती.

त्या दिवशी दुपारी ती एकाएकी निपचित झाली. डोळे उघडले, तर कॉटभोवती आई, माई, सई, दादासाहेब, मानसीचे बाबा, सर्व उभे होते. ती म्लान हसली. मानसीच्या आईंनी तिला बसती करून कॉफी दिली. दोन घोट पोटात गेले, तोवर तिला मळमळून आलं. सारी कॉफी बाहेर आली.

सर्वांना बाहेर जायला सांगून डॉ. मल्होत्रांनी मानसीला तपासायला सुरवात केली. मिसेस मल्होत्रा खूप हुशार अन् तज्ज्ञ डॉक्टर होती. मानसीला नीट तपासून गोड हसत म्हणाली,

"तुम्ही इतक्या नर्व्हस का झाला? तसं आजारपण वगैरे काही नाही. हवासा गोड आजार. मॉर्निंग सिकनेस! कॉंग्रॅच्युलेशन्स! तुम्ही आई होणार आहात."

"काय?"

मानसीच्या नजरेसमोर काळोखी पसरली. अनेक अनेक काळे ठिपके तरंगायला लागले होते. नजरेला दुसरं काही दिसतच नव्हतं. ती पुन्हा निपचित झाली. तेव्हापासून ती अंथरूण सोडत नव्हती.

हे सर्व काय घडून गेलं होतं?

जे विसरायचं होतं ते तर आता जीवनभर पाठ सोडणार नव्हतं.

ते चूक होतं की बरोबर?

प्रेम की निसर्गाचा विजय?

व्यभिचार की समर्पित होणं?

याचा उलगडा होत नव्हता, तोवर या क्षणांना सामोरं जावं लागणार होतं.

संतोष म्हणाला होता सारं झाकून जाईल.

ती म्हणाली होती की सत्य स्वीकारू.

पण दोन्हीही न घडता ते सारे क्षण एक गोंडस रूप धारण करून समोर उभे राहणार होते.

संतोष... संतोष... या क्षणी तिला संतोषला भेटायचं होतं. त्याला ती विनवणार होती. पाया पडणार होती; पण जे घडलंय ते स्वीकारायला लावणार होती.

पण त्यानं झिडकारलं तर?

धैर्य दाखवलं नाही तर?

पुन्हा भेटायचं नाही असं ठरलंय ना?

एकदा त्याचा निर्णय ऐकलाय ना?

''आई, आई गं.'' ती कुशीवर वळली. ती वार्ता ऐकल्यापासून आई, माई, सई सारे आनंदले होते. आईंना तर लेकीला कुठे ठेवू अन् कुठे नको असं झालं होतं. तत्परतेनं त्या म्हणाल्या,

''काय पाहिजे राणी? थंड सरबत घेतेस? पहिले दोन-तीन महिने त्रास होतो. डोहाळे कडक असतात, कुणाकुणाचे! घाबरू नकोस.'' सई म्हणाली.

''रितेन भावोजी आले की, ही बातमी सांगण्याआधी मोठ्ठी पार्टी घेणार आहे. आधी मी सांगणार हं! केवढे खूश होतील नाही?''

''रितेन!'' मानसी धसकली. तो आल्यावर? काय सांगणार? कसं समोर उभं राहणार? कुणाला नाही तरी रितेनला समजणार. ते दुःख फक्त त्या दोघांचं होतं आणि त्याची उकल त्यांनाच होणार होती.

संतोषनं जरा धैर्य दाखवलं असतं, तरी मी धैर्यानं रितेनसमोर उभी राहिले असते. पण आता? त्याची वंचना करून परत त्याच्यासमोर कशी उभी राहणार? त्यापेक्षा जीव द्यावा?

तिला हुंदका फुटला. संतापानं ती वेडी झाली होती. सई शेजारी बसली होती. मानसी उठून बसली. सईनं तिच्या कपाळावरून हात फिरवला. तिचे केस सारखे केले.

सांगावं का सईला?

सांगून काय होणार? ती काय करणार?

ती बंडखोर विचारांची मुलगी आहे. ती सारा दोष आपल्याला देणार. बोलू देणार नाही. समजू शकणार नाही.

कोणत्या शब्दात, काय सांगणार? कसं सांगणार?

''सई, उद्या माझ्यासोबत मिसेस मल्होत्रांकडे येशील?'' तिनं विचारलं.

''तुझ्या अंगात शक्ती कुठे आहे? आपण त्यांना घरी बोलवू.'' सई म्हणाली.

''नको सई. आपणच जाऊ. पण कुणाला बोलू नकोस.''

मानसीचं वागणं गूढ बनत चाललं होतं. तिच्या समजुतीखातर सईनं मान हलवून होकार दिला.

मिसेस मल्होत्रा हसून म्हणाल्या,

''मिसेस सबनीस डोन्ट बी नर्व्हस. सर्व नॉर्मल आहे. नो प्रॉब्लेम अॅट ऑल!''

मानसीचा प्रॉब्लेम मानसीलाच ठाऊक होता.

''डॉक्टर, एक फेवर कराल?''

''बाय ऑल मीन्स सांगा. काय करू?''

''डॉक्टर... डॉक्टर...'' मानसी अडखळली.

''बोला ना. मोकळेपणानं बोला. घाबरू नका.'' त्या सहानुभूतीनं म्हणाल्या.

''डॉक्टर, मला हे मूल नको आहे. मला औषध द्या. इंजेक्शन द्या; पण

अ‍ॅबॉर्शन करा. मी पैसे देईन. अजूनी कुणाला कशाचीच कल्पना नाही. नक्की नाही तोवर आपण मला मोकळं करा.'' मानसी हळूहळू बोलत होती. डॉक्टरांचे डोळे आश्चर्यानं विस्फारले होते.

''पण का? हे तर पहिलं मूल आहे. सर्वांना हवंसं. प्रेमाची पहिली साक्ष, ती नको का म्हणता?''

''मला मूल नको आहे.''

यावर हसून त्या म्हणाल्या,

''अस्सं! सौंदर्य कमी होईल म्हणून ना? पुष्कळ मुलींना असं वाटत असतं. पण तसं नाही. उलट मातृत्वानं स्त्रीचं जीवन पूर्ण होतं. सौंदर्य खुलतं. ते निसर्गाचं लेणं आहे.''

''तेच मला नको.'' तुटकपणे ती म्हणाली.

''तुम्ही मनाशी कोणतीतरी धास्ती बाळगताय.'' विचार करत त्या म्हणाल्या, ''डिलिव्हरीची? अहो अलीकडे फार सोपं झालंय सारं.''

''तसं नव्हे. पण...''

''ओ.के. ओ.के! आधी मिस्टर रितेनला परत येऊ दे. तुम्ही दोघं निर्णय घ्या. जर निर्णय पक्का झाला तर आपण विचार करू. कदाचित पहिली पाच वर्षं मोकळी हवी असली, तर आपण विचार करू; पण काळजी करू नका. निसर्ग आहे. त्याच्या नियमानं जे घडतं ते आपण स्वीकारणं हे योग्य. हवं तर त्यानंतर...''

''ठीक आहे डॉक्टर.'' मानसी म्लान चेहऱ्यानं टेबलावरून उतरत म्हणाली, ''थँक यू, सो मच.''

ती साडी नीट करत होती. मिसेस मल्होत्रा विचार करत होत्या.

''काय घडलं असेल? या श्रीमंत बायका म्हणजे एक कोडंच असतं.''

''चल सई.'' सई बाहेर तिची वाट बघत होती.

''काय म्हणाल्या? सगळं ठीक ना?'' तिनं विचारलं.

मानसी काहीच न बोलता गाडीत बसली होती.

त्या दोघी मानसीच्या सासरी आल्या. दरवाजातून आत येत होत्या. माई नीताशी फोनवर बोलत होत्या.

''अगं, गुड न्यूज! मी आजी होणार आहे. मानसी? ही बघ येते आहे. बोल तिच्याशी.''

माईंनी मानसीच्या हाती फोन दिला.

''हॅलो! मानसी काँग्रॅट्स. आय ॲम सो डिलायटेड. संतोषशी बोल. हा बघ शेजारी उभा आहे.''

मानसीचा हात थरथरत होता,

"कॉंग्रॅच्युलेशन्स मामी!"

मानसीनं फोन खाली ठेवला. घशाशी आलेला अवंढा निग्रहानं परतवला.

"का गं फोन ठेवलास?" माईंनी विचारलं.

"डिसकनेक्ट झाला." ती कोरडेपणानं म्हणाली आणि खोलीकडे वळली.

माई, सई पाठमोऱ्या मानसीकडे बघत होत्या. त्यांना काहीच उमगत नव्हतं.

◆

दुपारची शांत वेळ होती. मानसी खोलीत कॉटवर पहुडली होती. पंखा गरगरत होता. मार्च महिन्याचा उकाडा जाणवू लागला होता. मानसीच्या मनाची तगमग सुरू होती. भविष्यकाळाचा वेध घेण्याचा ती प्रयत्न करत होती. प्रश्नचिन्हांनी सारी वाट भरून गेली होती. एक एक प्रश्न फणा काढून खुणावत होता. अगतिक बनवत होता. तिचं बळ संपवत होता.

दरवाजा लोटलेलाच होता. मानसीनं बघितलं माई थंड ताकाचा ग्लास घेऊन आत येत होत्या. संकोचानं मानसी उठून बसली.

'ही सारी माणसं किती जीव टाकतात, जपतात. मी मात्र साऱ्यांना फसवतेय. असत्याचं बीज या सुंदर घरात घेऊन वावरतेय आणि त्याला सत्याचं रूप समजून हे सारे वेडावले आहेत.'

माई समोरच्या खुर्चीवर बसल्या. "घे." ग्लास तिच्या हाती देत त्या म्हणाल्या.

"किती त्रास घेता!" ती अवघडून म्हणाली.

माई गंभीरच होत्या. थोडा वेळ तसाच गेला. माईंनी एकदम बोलायला सुरुवात केली.

"तू डॉक्टर मल्होत्रांना भेटलेली समजलं."

मानसी चमकली.

"तुला हे मूल नको आहे?"

माई भेदक नजरेनं मानसीकडे बघत होत्या.

"नको आहे ते डॉक्टरांनी सांगितलं. कारण सांगू शकशील?" पुढचा परखड प्रश्न आला. माई उठल्या. त्यांनी दरवाजाला कडी लावली. उत्तराची वाट बघत, त्या मानसीकडे बघत होत्या. त्या नजरेनं मानसीच्या काळजाचा भेद घेत होत्या. मानसीचा संयम संपून गेला. ती रडत उशीवर कोसळली. मुके हुंदके बोलके झाले होते. सारं अंग हुंदक्यांनी गदगदत होतं. अश्रूंनी सारी उशी भिजून गेली होती. माई कॉटवर बसल्या. तिच्या पाठीवरून हलकेच त्यांचा हात फिरत होता. त्यातली

माया मानसीच्या मनाला समजत होती. त्यांच्या मांडीवर डोकं टेकवून ती रडत म्हणाली,

"माई, कसं सांगू? काय सांगू? कुणाला सांगू?"

माईंचे डोळे तिची तळमळ बघून पाझरत होते. त्या म्हणाल्या,

"शांत हो मानसी. तू काहीही सांगू नकोस, बोलू नकोस अन् दुःखही करू नकोस. मी तुझं दुःख समजू शकते. तुझ्यासाठी माझा जीव खूप तळमळतोय. मानसी पण आपण सारे नियतीचे शिकारी आहोत गं!"

"मानसी, मी तुझी फार अपराधी आहे. मला समजून घे. क्षमा कर! जमलं तर..."

"माई!"

पदरानं डोळे टिपत त्या म्हणाल्या.

त्या उद्गारासरशी मानसी चमकली, 'नियतीचे शिकारी?'

"मानसी, आधी मी रितेनच्या लग्नाचा प्रयोग करणं, हीच मोठी चूक केली."

मानसी आश्चर्यानं ऐकत होती.

"पण आशा फार वेडी असते. तुझ्याशी लग्न झालं की सारं ठीक होईल ही वेडी आशा होती. मी त्याची आई ना? त्याच्या सुखासाठी तळमळत होते."

"तुम्हाला... तुम्हाला सर्व ठाऊक आहे?"

"मानसी, फार लहानवयात रितेनवर फार मोठा अन्याय झाला. त्याचं पोरपण कोळपून गेलं."

"लहानपणीचं सांगू नका. ती कथा ऐकलीय मी." मानसी परखडपणे म्हणाली.

"पण तरुणपणी? तुम्हाला कल्पना होती तर मग कशी खात्री वाटली होती की ते त्या आघातातून बाहेर येतील? की गरीबघरची पोर बघून प्रयोग केलात?" मानसी रागानं म्हणाली.

"वेडे, खात्री कशी पटणार? मुलं वयात आली की, आई-वडिलांपासून दूर दूर असतात. या वयात मुली आईशी विश्वासानं वागतात. पण मुलगे... त्यांचं विश्व स्वतंत्रच असतं. तशात रितेनचा साऱ्या स्त्रीजातीवर राग. त्याच्या मैत्रिणी, नीताच्या मैत्रिणी यांना त्यानं अंतरावरच ठेवलं. कधी घरी मोकळेपणे वागला नाही, मिसळला नाही. लग्नाला पण तयार नव्हता."

"मग?"

"तुझे काश्मीरचे फोटो त्यानं मला आणि नीताला दाखवले. संतोषला दाखवले. त्या वेळी नीता म्हणाली,

'तू जर या मुलीशी लग्न करणार नसलास, तर मी संतोषसाठी तिला मागणी घालते.' संतोषच्या मनात मुलगी भरली होती. तो फोटो बघून वेडावला होता."

"काय?" मानसी आश्चर्यानं ओरडली. तिचे डोळे भरून आले. संतोषनं सांगितलं ते खोटं नव्हतं!

खरंच! तसं झालं असतं तर! तर आज हे रामायण, का घडलं असतं! मानसीनं डोळे मिटून घेतले. पापणीतले अश्रू गालावरून पाझरत होते.

"नीतानं संतोषचं नाव घेतल्यावर रितेन म्हणाला, 'मी लग्न केलं तर याच मुलीशी करणार असं ठरवलं आहे.' त्यासरशी आम्ही खूश झालो. तो लग्नाला तयार झाला याचाच आनंद झाला होता."

"पण माई..."

"समजला तुझा प्रश्न. पण कुठली आई डॉक्टरांना असं विचारू शकेल? तू सांग! पूर्वी तो आजारी असताना डॉक्टर म्हणाले होते की, कालांतरानं हा आघात तो विसरून जाईल. मात्र त्याच्या जीवनात येणारी स्त्री त्याला पसंत असली पाहिजे. तिनं त्याला समजून घेतलं पाहिजे. तू त्याला आवडली होतीस. मनानं तो सावरला, याचा आनंद आम्हाला फार होता. आम्ही त्यातच मग्न होतो. बाकी त्या वेळी दुसरं काही सुचत नव्हतं. पण..."

"पण..., पण काय माई?"

"रितेन मनानं सावरला होता. पण शरीरानं उभारी धरलीच नसावी. त्या कैदाशिणीनं त्याला पूर्ण शोषून घेतलं असावं, हळूहळू माझ्या ध्यानी येऊ लागलं, मला समजू लागलं, तशी मी बेचैन होऊ लागले."

"तुम्हाला कसं समजलं? कशी कल्पना आली? कसं समजलं की आमच्या चार भिंतींच्या आत काय घडत होतं?" विस्मयानं मानसीनं विचारलं. तिनं आनंदाचा मुखवटा चढवला होता, त्याला तसा कुठे तडा गेला असेल याची तिला कल्पनाच नव्हती.

"मनू, तू खूप नाटक करत होतीस. पण मी सारं समजून चुकले होते. लग्न झाल्यावर मुली रसरसतात. त्यांचा चेहरा तृप्तीनं भरलेला असतो, शरीरावर नव्हाळी चढते, डोळ्यांत लाजरे भाव असतात, पण तू सारं नाटक करत होतीस. तुझ्या नजरेतली वेदना मलाच समजत होती. कारण मी एक स्त्री आहे. रितेन परत उदासला आहे, हेपण मी बघत होते. तुझा बळी गेला या जाणिवेनं मी अपराधी झाले होते आणि पश्चात्तापाची भावना मला जाळत होती. तू अन् तुझ्याबरोबर मी जळत होते. पिचत होते."

माई रडत होत्या. मानसी थक्क होऊन सारं ऐकत होती. तिनं कधीच आपलं दुःख कुणाला जाणवू दिलं नव्हतं. सारं सावरून गेलं असं ती समजत होती, वावरत होती, पण इथे तर माई, नीता, सर्व जाणून होत्या? तिचं खोटं हसणं, वागणं, वावरणं, त्यांना समजत होतं. ते समजून ती थिजून गेली. काय बोलावं तेच

तिला समजेना. मन सुन्न झालं. आई, सई यांनापण तिनं कधी हे दु:ख सांगितलं नव्हतं. कुठली संस्कारी स्त्री हे बोलू शकली असती?

पण ती न बोलता राहिली, तरी त्या दोन स्त्रिया तिची सारी मन:स्थिती निरखत होत्या. न बोलता मुकाटपणे तिला निरखत होत्या. मानसी विलक्षण दचकली-

म्हणजे हे मूल? समोर येणारी दुर्दैवी घटना? याची पण त्यांना कल्पना असणार!

''माई.''

तिनं माईंचा हात घट्ट पकडला. तो थरथरत होता. तिच्या विचारांचा अंदाज येऊन माई म्हणाल्या,

''होय मानसी, तुला हे मूल का नको तेपण मला ठाऊक आहे.''

''ठाऊक आहे ना? मग माई...'' अजिजीनं मानसी म्हणाली,

''मला मदत करा. मी पाया पडते. मी फार वाईट आहे हो! मला वाईट वागायचं नाही. जे घडून गेलं, ते विसरायचं आहे. त्यांना फसवायचं नाही. मला मदत करा माई. प्लीज!''

मानसी पुन:पुन्हा विनवत होती.

''नाही! मानसी, जे घडायला हवं होतं तेच घडलंय.''

माई एक एक शब्द सावकाश उच्चारत होत्या. स्वर कोरडा होता. कठोर होता. ते ऐकून मानसीचे डोळे विस्फारले. आश्चर्यानं ती ऐकत होती.

''मानसी जेव्हा या गोष्टी माझ्या ध्यानी आल्या, तेव्हा मी पार उदासले. धास्तावले. बायका छेडत होत्या, नातवाची वाट बघत होत्या, पण मी समजून चुकले होते की, सबनिसांचा वंश संपला. त्याच्या वेदना मला चैन पडू देत नव्हत्या. लोक रितेनला दोष देणार होते. माझा मुलगा असा दुबळा, बावळा म्हणून जगासमोर यावा हे मला सोसवणार नव्हतं. प्रेस्टिजला न शोभणारं होतं. तू काय सोसतेस ते समजत होतं.''

मानसी सुन्नपणे ऐकत होती.

''ज्या डॉक्टरांनी त्याच्यावर लहानपणी उपचार केले होते, त्यांना मी भेटले, सगळं ऐकून त्यांना वाईट वाटलं. 'सॉरी' इतकंच ते म्हणाले.''

''इतकं वाईट वाटत होतं; तर मग मला लग्नबंधनातून मोकळं का केलं नाहीत?'' मानसी रागानं फुलली होती, ''प्रेम असतं खरंच तर असं वेड पांघरून गप्प राहिला नसता.''

''तुम्ही दोघं महाबळेश्वरला गेलात, ते दिवस मी फार धास्तावून होते, पण तुम्ही हसतमुखानं परत आला. तू विश्वासानं वावरू लागलीस. मी निश्चिंत झाले. घटस्फोट तू त्याच वेळी मागायचा होतास. रितेन, मी, नीता कुणीच आडवे आलो

नसतो, सारं समजून आलं असतं.''

''पण आता हे जे घडलंय, त्याला जबाबदार कोण? हे पाप नव्हे?''

''नाही मनू, माफ कर; पण हेच घडावं व घडणार अशी माझी अपेक्षा होती.''

''काय सांगता? तुम्ही जाणूनबुजून मला तिथे पाठवलंत?'' मानसी किंचाळली. पण क्षणात तिनं स्वत:ला सावरलं.

''तिथे म्हणजे? दिल्लीला ना? तू नाव घेऊ नकोस. पण मला पूर्ण कल्पना आहे. तिथे काय घडलंय.''

''तुमच्या मनासारखं घडलंय असंच ना?''

मानसीला आपण जे ऐकतोय त्यावर विश्वास ठेवणं अवघड वाटत होतं.

'असं जगात घडू शकतं?'

प्रतिष्ठेसाठी असं कुणी कुणाचा बळी घेऊ शकतं?

हे सारं समजून घेणं मानसीच्या तर्कापलीकडचं होतं.

''होय मानसी. तू सुंदर आहेस, तरुण आहेस. या जगात अनेक मोह आहेत. कुठेतरी काही घडून जाईल याची भीती होती. माझ्या वंशाला दिवा पाहिजे होता. रितेनला समाजात मानानं जगता आलं पाहिजे होतं. सबनिसांचं प्रेस्टिज टिकायला हवं होतं. त्यासाठी... त्यासाठी...'' माई अडखळल्या.

''तुम्ही मायलेकी एक झालात. संतोषला निवडलंत. एक सुरेख जाळं तयार केलंत आणि मला नेमकं आत सोडलंत. शिकारी जाळी लावून, मोर्चे लावून बसतो तसा तो तिथे होता. का? का? का हा दावा साधलात?''

मानसी त्वेषानं फुलली होती. तिला हुंदका फुटला.

''तुम्ही दोघी स्त्रिया असूनही माझ्या वैरिणी झालात? वंशाचा दिवा पेटवला नाहीत, तर माझं जीवन पेटवलंत. शी! या शरीराचा, सौंदर्याचा जगण्याचा वीट आलाय.''

''मानसी, संतोषचं तुझ्यावर प्रेम आहे.''

''असं?''

काही नवीनच ऐकल्यासारखं दाखवत मानसी आश्चर्यानं म्हणाली,

''त्याचं माझ्यावर प्रेम आहे. रितेनचंही प्रेम आहे अन् तुमचंही माझ्यावर प्रेम आहे, मग माझं लग्न लावून देता त्याच्याबरोबर? नाही! ते धैर्य तुमच्यात असणार नाही. कारण तुम्ही प्रेम करताय प्रतिष्ठेवर! सत्य स्वीकारायला मी तयार आहे. तुम्ही तयार आहात? बोला?''

माई गप्प बसल्या.

''माई, गप्प का बसला?'' छद्मीपणे हसत मानसी म्हणाली.

''का? प्रेम इतकं सवंग नसतं माई, फक्त बोलणं सोपं असतं. आणि आता

त्याची गरजही नाही. माई, संतोषनं, तुम्ही सर्वांनी नाट्य घडवलंत. आता लग्न करून त्याच्याशी नव्हे कुणाशीच संसार करणं मला जमणार नाही. माझी जगण्याची इच्छाच संपलीय. विश्वास उडाला आहे.''

''असं का म्हणतेस मानसी?''

''माई, आम्ही गरीब माणसं. असलं काही ठाऊक नसलेली! विश्वासानं माझ्या आई-वडिलांनी या घरात मला दिलं, तुमच्या हाती सोपवलं. मी विचारते माई, नीतावन्स माझ्या जागी असत्या तर? तर असं वागला नसतात माई, आपली प्रतिष्ठा जपण्यासाठी तुम्ही मला व्यभिचार शिकवलात.''

''व्यभिचार? छी! कसला घाणेरडा शब्द वापरतेस!'' माई शहारून म्हणाल्या.

''मग काय म्हणू? जे अंधारात घडतं, जे स्वीकारणं शक्य नसतं तो व्यभिचारच. मी एक प्रश्न विचारते माई, रितेनमध्ये दोष नसता आणि मी वाईट वागले असते, तर अशी सून तुम्ही स्वीकारली असतीत?''

मानसी तीक्ष्ण नजरेनं माईंना निरखत होती. त्या गप्पच होत्या.

''मला कधी माफ केलं नसतं. त्या वेळी तुम्ही माझे वाभाडे काढले असते. आता जाणूनबुजून मला यात गोवलंत. कारण आता दोष तुमचा आहे.''

''खरं आहे मानसी. दोष देणारच तर मला दे, नीताला दे. मी माझ्या मुलाचं सुख शोधलं. नीतानं तिच्या मुलाचं. यात रितेनचा, संतोषचा दोषच नव्हता.''

''दोष कसा नाही?''

''कारण असं काही घडेल याची त्यांना कल्पनाच नव्हती. दोघं पण तुझ्यावर प्रेम करतात.''

''प्रेम हा शब्द उच्चारू नका माई. संतोषचं खरं प्रेम असतं, तर ज्या वेळी ही बातमी समजली, त्याच वेळी तो इथे धावून आला असता. आता रितेनला समजलं, तरी तो गप्पच बसणार आहे. कारण मला मदत करावी तर त्याचं प्रेस्टिज आडवं येईल. माई, तुम्ही सारे नियतीचे शिकारी नाही, तर खोट्या प्रतिष्ठेनं तुमचा बळी घेतला आहे.''

माई सुन्न झाल्या होत्या. मानसीला संताप आवरत नव्हता.

''माई, परवा गुजरातमध्ये घडलेली एक घटना वाचली. लग्नासाठी नवरीचं वऱ्हाड निघालं होतं, तोवर इकडे दुर्दैवानं नवरामुलगा हार्टफेलनं गेला होता. त्या येणाऱ्या वऱ्हाडाला कल्पनाच नव्हती. आपल्या घरी येणारी भावी वधू विधवा होऊ नये म्हणून, मुलाच्या आईनं काय केलं ठाऊक आहे? मुलाचं प्रेत घरात असतानाच, त्याच्या आईनं त्याचा धाकटा भाऊ लग्नाच्या बोहल्यावर उभा केला. तीच सून सुवासिनी म्हणून घरात आणली आणि नंतर प्रेत हलवलं त्या स्त्रीनं. केवढा धीर दाखवला! संयम दाखवला. एका स्त्रीनं एका स्त्रीचं कोसळतं जीवन सावरलं. याला

धैर्य लागतं. सत्याला स्वीकारण्याचं धैर्य! स्त्रीनंच स्त्रीची कणव बाळगायची असते. स्त्रीनं स्त्रीला समजून घ्यायचं असतं. माझ्यासारख्या संस्कारी मुलीच्या मनाचा विचार तुम्ही दोघींनी करायला हवा होता. मी जे पदरात पडलं, ते पवित्र मानलं होतं. सत्य स्वीकारलं होतं. मग माझा बळी का घेतलात? माझ्या मनाचा विचार का केला नाहीत? माई, इथे तुम्ही दोघी स्त्रियाच माझं जीवन बरबाद करून गेलात. तुम्ही हेतुपूर्वक मला दिल्लीला पाठवलंत. नीतावन्सनी जाणीवपूर्वक एकांत दिला. त्याचं फळ माझ्या पदरात टाकलंत. प्रतिष्ठा झाकून गेली ना?''

मानसीला काही समजायच्या आत माईंनी मानसीच्या पायावर डोकं टेकवलं. रडत रडत त्या म्हणत होत्या,

''मी पाया पडते. मानसी, सारं सांभाळून घे. पण हा वंश वाढू दे. मी जन्माची अपराधी आहे तुझी. तुझे उपकार मी विसरणार नाही. या घराचे सारे अधिकार तुझ्यावर सोपवते. पण वंश वाढू दे.'' मानसीनं पाय वर घेतले. शुष्क सुरात ती म्हणाली,

''माफ करा माई. खूप बोलले मी. चूक माझीच आहे. आधी मी घाबरले, नंतर मग घसरले. माझा दोष फक्त तुमच्यावर लादून मी मुक्त होऊ शकत नाही. एकच करा, मला एकटं राहू द्या. माझी एवढी काळजी घेण्याचं कारणही नाही. मी पडते.'' आडवी होत ती म्हणाली.

माई हलकेच निघून गेल्या. मानसी शुष्क मनानं छताकडे एकटक बघत होती. छतावर अनेक प्रश्न लटकले होते. ते प्रश्न खरे होते की, त्यावरचे उपाय खरे होते? या जगात काहीतरी खरं असणार आहे का? मानसीनं भयानं डोळे मिटून घेतले.

◆

मानसी खोली सोडून बाहेर पडत नव्हती. दिवसभर ती विचार करत असे. त्या घराशी तिचा काही संबंधच उरला नव्हता. कुणाबद्दल काही भावना उरल्याच नव्हत्या. संज्ञा बधिरल्या होत्या. ती फक्त प्रजोत्पादन करणारा एक जीव होती. त्यासाठीच तर तो जन्म, ते लग्न, ते घर आणि रितं रितं मन! ज्याच्यातले सारे भाव आटून गेले होते, पण शरीर मात्र सर्वार्थानं वाढत होतं. सारी गात्रं जडावत होती. त्यात एक नवं विश्व आकार घेत होतं. ज्याचा मानसीच्या मनाशी काही संबंध नव्हता, ते वाढणारच होतं, फुलणारच होतं, मग मानसी उद्ध्वस्त होईल!

मन आणि शरीर यांचा काहीच संबंध नव्हता का?

या क्षणी त्यांचं नेमकं नातं कोणतं?

मनाला जे मनोमन नको होतं, ते शरीराला नेमकं भावलं होतं, मानवलं होतं, सजवलं होतं.

मनाच्या एका दुबळ्या क्षणाचा शरीरानं असा सूड उगवला होता.

नियतीचे शिकारी? की प्रतिष्ठेचे?

निसर्गानं डाव साधला की माणसांनी?

शरीराचं प्रेम मोठं की मनाचं?

मनाची एकरूपता मोठी की शरीराची खरी?

अनेक, अनेक आवर्त, सभोवती गिरकत असत. त्यानं मानसी थकून जाई. विश्रब्ध मनानं ती गळून जाऊन, डोळे मिटून पडे. मिटल्या डोळ्यांतून अश्रू ओघळत असत. डोळ्यांखाली काळी वर्तुळं जमा झाली होती. गालफडं आत गेली होती. चेहरा पांढुरका झाला होता. सर्व जण म्हणत, "डोहाळे भारी कडक हो!"

पण कडक झालं होतं, मानसीचं मन! तिनं बोलणं सोडून दिलं होतं. जेवण खोलीतच मागवत असे. जागी राहिली की, प्रश्न सळसळत, नागासारखे समोर उभे असत. झोप लागलीच तर एक गोंडस बाळमुख स्वप्नात येई. त्याचं रंग, रूप, चेहरा, हसणं संतोषसारखं असे. ती दचकून जागी होई. संतोषबरोबरचे सारे एकांत आठवत. त्याचं प्रेम, स्पर्श, नाही म्हटलं तरी सुखावून गेले होते, मानसी त्यात मोहरून गेली होती.

खरंतर त्याची आठवण करतच हे दिवस सरायला हवे होते. त्या प्रीतीची आठवण म्हणजेच तिच्या जीवनातले हे मधुर क्षण होते. जे परत कधी येणार नव्हते. ओंजळीतून निसटले होते, पण जिवंत होते, जगत होते, वाढत होते.

पण आता त्याची आठवण क्लेश देणारी होती. विसरायला हवी होती. आपल्या दुर्दैवी जीवनाचा तिला वीट आला होता. शेवट करावा का? अनेकदा तो विचार मनात येऊन गेला होता.

"जीव कसा द्यायचा असतो?"

अपघाती मृत्यूच्या, आत्महत्येच्या अनेक वाचलेल्या घटना आठवत असत.

न जाणो - त्या प्रयत्नांतही जगलेच तर?

जगण्याची - खूप सुंदर जगण्याची केवढी हौस होती; पण सारं जीवनच कसं ढगाळून गेलं होतं.

कोणत्या शापानं सारं उद्ध्वस्त झालं होतं?

मानसी उत्तरं शोधत असे.

एके दिवशी दुपारी, आकाशी रंगाचा एक लिफाफा मानसीच्या नावे आला. निळ्या शाईने लपेटदार अक्षरात तिचं नाव, पत्ता लिहिला होता. ते संतोषचं अक्षर होतं, मानसीनं ओळखलं. हेच नाव, त्यानं आग्र्याला, एकाच पानावर अनेक

रितीनं लिहिलं होतं.

'त्यानं पत्र का पाठवावं?

काय असेल त्या पत्रात?

सांत्वन?

धीर?

की उपदेश?

हं! इतकी काळजी असती ना, तर धावत आला असता.'

ते पत्र कितीतरी वेळ टीपॉयवर पडून होतं. तिला खुणावत होतं. आव्हान देत होतं.

मानसी निश्चयानं उठली, त्या पत्राकडे न बघताच त्याचे बारीक तुकडे केले, कचऱ्याची पेटी ड्रेसिंग टेबलाजवळ होती. त्यात फेकले. खाली वाकली तेव्हा डोळे भरून आले.

दुसरं पत्र रितेनचं होतं. तो आठ दिवसांत परत येणार होता. तिथली वर्णनं, खरेदी, येण्याची आतुरता पत्रातून स्पष्ट उमटली होती. मानसी खिन्न झाली. आता या दिव्याला सामोरं कसं जायचं?

ती बातमी ऐकताच, त्याला काय वाटेल?

आपण नजरेला नजर देऊ शकू?

त्यानंतर?

त्यानंतर काय घडणार हे तिला तरी कुठे ठाऊक होतं? येणाऱ्या घडीला अगतिकतेनं सामोरं जाणं इतकंच ती करू शकत होती.

रितेन येण्यापूर्वीच डोहाळेजेवण उरकून घ्यायचं माईंनी ठरवलं. खरंतर आतापर्यंत चोर ओटी, झोपाळ्यावरचं, बागेतलं, अनेक हौसेची डोहाळेजेवणं माईंनी केली असती; पण मानसी सारखी अंथरुणात पडून असे. जिना उतरून खाली येत नव्हती. माईंशी बोलणं सोडूनच दिलं होतं. मोजकंच उत्तरं देत असे. त्या खोलीत बसल्याच तर, पाठ वळवून भिंतीकडे तोंड करून झोपत असे.

डोहाळेजेवण तरी व्हायलाच हवं. साऱ्या बायका कौतुकानं विचारत होत्या. शेवटी सबनिसांच्या प्रेस्टिजचा प्रश्न होता! माईंनी सारी तयारी केली. नीताला बोलावून घेतलं. दोघींनी मिळून मानसीसाठी गर्भरेशमी, हिरवी साडी खरेदी केली. त्यावर पाचूचा, जडावाचा सेट तयार केला. माई, नीता यांची धावपळ, खरेदी सुरू होती. मानसी खोली सोडून बाहेर पडत नव्हती. नीताला तिचा थंडपणा बघून संताप आला.

"समजतेय कोण स्वत:ला? इतकं आम्ही धडपडतोय." मानसीच्या खोलीचा जिना चढता-चढता नीता संतापानं फुलून गेली होती.

धाडकन तिनं दरवाजा ढकलला. मानसी आढ्याकडे बघत पडून होती. नीता

समोरच्या खुर्चीत बसली. नीताचं येणं अचानक नाही हे मानसीनं ओळखलं होतं. मानसी शांतपणानं कुशीवर वळून झोपली होती. हातानं पदराच्या टोकाशी चाळा सुरू होता. मनांतला उद्रेक बाहेर पडू नये असं तिला वाटत होतं.

"मानसी, काय गं नखरे चाललेत तुझे? डोहाळे काय कुणाला लागत नाहीत?"

मानसीनं उत्तर दिलं नाही.

"आई, बाबा, सारे केवढी काळजी करताहेत. तुझं वागणंच जगावेगळं! फार लाडावून ठेवलीय आईनं!"

"सगळंच जगावेगळं घडवलंत. मग माझं वागणंही जगावेगळंच असणार." मानसी थंडपणानं म्हणाली.

नीता चमकली. उसळून म्हणाली,

"काय जगावेगळं गं? तू लहान होतीस न समजायला? तुझं तुला बरंवाईट समजत नव्हतं की काय?"

"तुम्ही तुमच्या मुलाचं सुख शोधलंत आणि आईंनी त्यांच्या कुळाचं भलं केलं. मी गरिबाघरची मुलगी. डावपेच, छक्के-पंजे न समजणारी, सरळ मनानं वागले. चूक असेल, तर इथेच झाली. मी दोष स्वत:वरच घेतेय."

"मूर्ख आहेस झालं! जगात सर्रास हेच चालतं. माझंच बघ ना! माझा नवरा सदोदित कामात. मी माझं आयुष्य सर्व तऱ्हेनं उपभोगते. दोस्त, ड्रिंक्स, क्लब, पार्ट्या! तूच उगीच बाऊ करत बसली आहेस. कुणाला काय समजणार आहे?"

नीताचा अहंकार बघून मानसी थक्क झाली.

"ते श्रीमंत घरातून चालत असेल कदाचित, पण आम्ही मध्यमवर्गीय. अब्रूला जपणारी माणसं!" मानसी उदासपणे म्हणाली.

"का? तुम्हालापण हे हवंच असतं, पण धैर्य नसतं, पैसा नसतो. म्हणून कुढत जगता."

"नीतावन्स, पैशानं जर इतकं बेताल जीवन जगता येत असेल, तर तो पैसा नसणंच चांगलं. जे कमावतो त्यात माणूस समाधान मानायला शिकतो."

"म्हणूनच मी आईला आधीपासून सांगत होते की, रितेनला मुलगी शोधली तर स्टेटसला शोभणारी शोध. तुम्ही मध्यमवर्गीय असेच."

"हां नीतावन्स!" मानसी कणखरपणानं म्हणाली, "स्टेटसला शोभणारी मुलगी शोधली असती ना, तर यावेळेपर्यंत सबनिसांची अब्रू अशी झाकून राहिली नसती. केव्हाच सर्व जगभर डांगोरा झाला असता. मी सर्व पदराआड लपवून चालले होते. पदराआडचा जाळ होता तो झाकला तरी पदर जळूनच गेला. उलट फुंकर तुम्ही घालून जाळ पेटवलात. जळणं नशिबातच होतं. मी दोष कुणालाच देत नाही. असलाच तर माझ्या हळव्या, पापभीरू मनाचा आहे. कृपा करा अन् मला

एकटीला पडू द्या. मी डोहाळेजेवण करून घेणार नाही. जे घडलं, ते मी एकटी सोसतेय. सोसणार आहे. त्याचं प्रदर्शन कशासाठी?''

नीता संतापानं निघून गेली. मानसीनं उशीत तोंड खुपसलं. वाहत्या अश्रूंना खळ उरला नव्हता.

रितेनला आणायला गाडी विमानतळावर गेली होती. माई आत-बाहेर करत होत्या. मानसीला विलक्षण थकवा आला होता. त्या क्षणाला सामोरं कसं जावं, या विचारानं ती बेचैन झाली होती. त्यापेक्षा मरण परवडलं.

''तू मला समजून घेतच नाहीस.'' जाताना रितेन म्हणाला होता.

'खरंच! त्याच्याबरोबर गेले असते तर किती छान झालं असतं?

निदान हा दिवस असा उजाडला नसता.

लाजेनं मान खाली घालून रितेनच्या समोर जावं लागलं नसतं.'

पोर्चमध्ये गाडी थांबल्याचा आवाज आला. माई लगबगीनं आरती घेऊन आल्या. त्याला दारातच ओवाळलं.

''मानसी, मानसी कुठे आहे? ड्रायव्हर म्हणाला की, तिला बरं नाही. काय होतंय? बरी आहे ना?'' अधीरतेनं रितेन विचारत होता. माई हसत हसत म्हणाल्या,

''किती प्रश्न विचारतोस?''

एक पेढा त्याच्या तोंडात टाकत त्या म्हणाल्या,

''खा. आपल्या घरी नवा पाहुणा येणार आहे. मानसीला दिवस गेलेत.''

''काय?''

रितेनचे डोळे विस्फारले. जे ऐकलं, त्यावर त्याचा विश्वास बसत नव्हता. डोळ्यांत सूक्ष्म वेदना तरळून गेली, पण क्षणभरच! आभाळात काळ्या ढगाची सावली सरकून नाहीशी व्हावी तशी, पण त्यानं स्वत:ला सावरलं. माई बघत आहे याची जाणीव झाली. स्वत:ला सावरून तो आनंदानं म्हणाला,

''अरे, आणि मला आत्ता कळवता? पत्र पाठवायचं नाही? कळवायचं नाही?''

धावत तो जिना चढत होता. पाठमोऱ्या रितेनकडे बघून माईंचे डोळे नकळत पाणावले. त्याला धक्का बसला नसेल? त्या नवलानं बघत होत्या.

''मनू, ए मने.''

रितेन दरवाजा उघडून आत आला. मानसी भिंतीकडे तोंड करून झोपली होती. तिला वळती करून रितेननं आपल्या मिठीत घेतलं. त्याच्या प्रेमाच्या वर्षावानं मानसी गुदमरून गेली. त्यातच तिचा हुंदका विरून गेला होता. डोळे मात्र पाझरत होते. तिच्या खारट अश्रूंचा स्पर्श झाला; तसा रितेन भानावर आला.

''ए वेडे! रडतेस? या आनंदाच्या प्रसंगी? अगं, तू आई होणार- आणि मी बाबा! केवढं थ्रिल. खरंतर सेलिब्रेट करण्याचा दिवस. काय दशा करून घेतली

आहेस स्वत:ची? उठून बैस बघू.'' त्यानं तिला तक्क्याला टेकवून बसवली.

भराभरा बॅगा उपसत, तो सारी खरेदी तिला दाखवत होता. साड्या, हाउसकोट्स, मोत्यांचे सर, लिपस्टिक्स, परफ्यूम्स.

तिथे सारा वेळ तो मानसीच्या आठवणीत फिरत होता. जे जे सुंदर दिसलं, ते ते तिच्या पायाशी आणून ठेवलं होतं. एक क्षणही तिला विसरला नव्हता.

''आणि मी मात्र!'' मानसीला हुंदका फुटला.

''रितेन-रितेन.'' त्याच्या मिठीत ती मुक्तपणे रडत होती. त्याचे अश्रू तिच्या मस्तकावर ओघळत होते. खोलीत विचित्र स्तब्धता साकळून राहिली होती.

◆

रितेनचा हात धरून जिना उतरणारी मानसी बघून माईंना धीर आला. मानसीला कोचवर बसवून तो तिला म्हणाला,

''इथे बैस. सारखं झोपून राहायचं नाही. मी आत्ता अंघोळ करून येतो.''

टॉवेल घेऊन तो बाथरूममध्ये गेला. दरवाजा बंद केला आणि टॉवेलात तोंड लपवून तो रडू लागला.

''मानसी-मानसी...''

जिवापाड प्रेम होतं त्याचं. तिला हसती बघण्यासाठी तो धडपडत होता. शेवटी तिनं स्वत:चं सुख शोधलं होतं. वंचना केली होती. संताप, अगतिकता, चीड, साऱ्यांनी तो वेडा झाला होता. या प्रसंगाला कसं तोंड द्यावं, ते त्याला समजत नव्हतं. गार शॉवरखाली तो उभा होता. मन आणि शरीर सुन्न झालं होतं.

बाथरूममधून बाहेर आलेला रितेन मात्र ताजातवाना टवटवीत होता. माईंसाठी त्यानं ज्यूसर, मिक्सर, टेपरेकॉर्डर आणला होता. त्यांना सारं उत्साहानं उघडून दाखवत होता. कोचावर बसलेली मानसी थिजल्या नजरेनं सारं बघत होती.

रात्र झाली होती. मानसीचा संयम संपून गेला होता. रितेनच्या गळ्यात पडून रडत ती म्हणाली,

''अहो, हे नाटक बंद करा. मला मदत करा. अजूनी वेळ आहे. मला हे मूल नकोय. का, असा प्रश्न करू नका. उत्तर देणं मला अवघड जाईल.''

''उत्तर मला ठाऊक आहे मनू! म्हणून कोवळी कळी खुडायची! खुडली तरी व्रण राहणारच.''

"तो मी सोसेन, जन्मभर पश्चात्तापाच्या धगीत जळेन, पण मला हे मूल नकोय. तुम्ही मदत केली तर डॉक्टर कबूल करतील. रितेन, मी तुमची अपराधी आहे. मला माफ करा, पण या मुलाच्या रूपानं जे पाप…"

तिला थांबवत रितेन म्हणाला,

"हां मनू, थांब! मूल म्हणजे पाप नव्हे. पापी असतं आपलं मन. मूल हे निसर्गाचं देणं आहे. तुला अधिकारच नाही त्याला मारण्याचा."

चमकून मानसीनं त्याच्याकडे बघितलं. दुसऱ्या क्षणी तिचा संताप उफाळून आला. ती म्हणाली,

"तुम्हाला संताप कसा येत नाही? दुसऱ्याचं बीज मी पोटी वाढवतेय, त्याचा संताप येत नाही तो पुरुष कसला?"

"पुरुषाबद्दलची तुझी व्याख्याच चुकलीय. पुरुषाचं मन- खऱ्या पुरुषाचं मन अजूनी तुला समजायचं आहे."

"अस्सं? पत्नीचा व्यभिचार खुशाल, मुकाटपणे सोसणाऱ्याला पुरुष म्हणायचं असतं; ते मला आज समजलं. तुम्ही मला मारलं असतं, तुच्छतेनं वागला असतात, तर एकवेळ मी समजू शकले असते."

"ते वागणं रानटीपणाचं असतं. मग संस्कारी माणूस आणि रानटी माणूस यात फरक कोणता?"

"तुम्ही हे मूल स्वीकारणार आहात?" त्याच्याकडे बघत मानसीनं विचारलं.

"ऑफ कोर्स!" रितेन चटकन म्हणाला.

"स्वाभाविकच आहे." छद्मीपणानं मानसी हसली.

"का?"

"यात तुमच्या प्रतिष्ठेचा प्रश्न आला. पितृत्व नाकारणं किंवा मला अव्हेरणं यात सबनिसांचं प्रेस्टिज दुखावलं जाईल ना! सारेच खोट्या प्रतिष्ठेचे शिकार!" मानसी तिखटपणे म्हणाली.

"मनू!"

रितेन एकदम दुखावला गेला. कोचवर बसून त्यानं आपलं तोंड तळव्यात लपवलं. त्याचा चेहरा लालबुंद झाला होता. आपली वेदना गिळण्याचा तो प्रयत्न करत होता. प्रयासानं तो म्हणाला,

"मनू, हे बोलली नसतीस तर फार बरं झालं असतं. अजूनी तुला प्रेम समजलेलंच नाही. मनू, खरं प्रेम क्षमाशील असतं. तुझ्यावर मी रागवायचं, तुझा तिटकारा करायचा म्हणजेच माझा तिटकारा करणं नव्हे? कारण तू व मी दोन नव्हेच, असं मी मानतो."

"हे दुबळं तत्त्वज्ञान झालं. गांधींचं तत्त्वज्ञान, साने गुरुजींच्या गोष्टी, माणसाला

दुबळं बनवणाऱ्या किंवा दुबळ्या माणसाला माणुसकी शिकवणाऱ्या. सत्याला स्वीकारायचं धैर्य नसणाऱ्या.''

मानसी संतापानं वेडी झाली होती. आपण काय बोलतो याचं भान तिला उरलं नव्हतं.

''तुला काय म्हणायचं आहे?''

''मला हे मूल नको आहे.'' ती ठामपणे म्हणाली. त्यानंतर मी या घरातून निघून जाईन. कुठेही दूर. जिथे ही खोटेपणाची सावली माझ्यामागं येणार नाही. मला या खोटेपणाचा वीट आलाय.'' खाली मान घालून ती बोलत होती.

ते ऐकून रितेन कळवळला. तिचे हात हातात धरून तो म्हणाला,

''मानसी, आणखी काही माग. मी हवं तर तुझं लग्न लावून देईन. तेवढं धैर्य माझ्यात आहे. पण कोवळी कळी खुडणं मला जमणार नाही. त्याचा काय दोष?''

''मग दोष कुणाचा?''

''कुणाचाच नाही, आपण सारेच दुर्दैवी! या दुर्दैवाच्या फेऱ्यात सापडलेले जीव! त्यात चुकून एक विसावा लाभतोय, या शापित जीवनात चुकून एक नाजूक शिल्प आकार घेत आहे. जगणं तर नशिबात आहेच. पण तो शाप, या उःशापानं कदाचित सुंदर बनेल. कदाचित परमेश्वराला हेच मंजूर असेल, त्याला असं अव्हेरू नकोस.''

''तुम्हाला माझा तिटकारा कसा येत नाही?''

''मनू, लग्न हा केवळ उपचार नसतो, एकमेकांचे गुणदोष समजून घ्यावे, सांधून नवीन वीण घालावी. जीवनाचं वस्त्र नाहीतर केव्हाच उसवून, विरून जाईल. तू माझा दोष स्वीकारलासच ना? त्यातूनच पुढचा अनर्थ घडला. तोही मीच स्वीकारायला नको? जे घडलं ते विसरून जाऊ आणि नव्या जीवनाचं स्वागत करू.'' रितेन तिला जवळ घेत म्हणाला.

''मला या शरीराची किळस आलीय.''

''मी पूर्वीच सांगितलं होतं मानसी, या शरीरापलीकडे मन असतं. ते मन मी मोलाचं मानतो. शरीराचं काय घेऊन बसलीस?''

''या मुलावर तुम्ही प्रेम कराल?''

''का नाही? सौंदर्यावर प्रेम करणं हा मानवाचा धर्मच आहे. त्यातून ते तुझ्या कुशीत आकार घेत आहे. माझ्या मनूचं रूप घेऊन येत आहे. जे तुझं, ते सारं माझंच आहे. गुण आणि दोष पण!''

त्याच्या उद्‍गारावर मानसीला रडू कोसळलं.

''असं बोलून लाजवू नका हो. उपकाराच्या ओझ्याखाली मी मरून जाईन.''

रडता-रडता ती रितेनच्या मिठीत विसावली. हळूहळू मनाचा दाह नकळत शांत होत होता.

''हे बघ, आता मनावर ताण ठेवून वागू नकोस. या वेळी आनंदानं राहायचं.

प्रकृती सांभाळायची, नाहीतर येणारी मुलगी रडवीच असेल, तुझ्यासारखी!'' तो चिडवत म्हणाला.

''मुलगी?'' मानसी दचकली. होणारं मूल कसं असेल? संतोषचा चेहरा नजरेसमोर आला. तिचं अवसानच गळालं. ''रितेन'' परत तिला हुंदका फुटला.

''अंहं! झोप पाहू आता!'' तिच्या अंगावर पांघरूण घालत तो म्हणाला.

चार महिन्यांनी प्रथमच भेटणाऱ्या पती-पत्नींची ती अनोखी रात्र, चांदण्या खिडकीतून पाहत होत्या. नवलानं एकमेकींकडे बघून डोळे मिचकावत होत्या. खुणावत होत्या.

मानसीला थकव्यानं झोप लागली. रितेन आरामखुर्चीत पहुडला. सिगरेटचा धूर वर वर जात होता. रितेन मात्र विचारात हरवून गेला होता. अंतर्मुख होऊन जीवनाचा वेध घेत होता.

◆

रितेनला विलक्षण थकवा आला होता. किती उत्साहानं तो परदेशातून परतला होता. तिथे एक क्षणही त्याचं मन मानसीला विसरलं नव्हतं. सुंदर वस्तू बघितली की, त्याला मानसी आठवत असे. त्याच्यासाठी केवढं सोसत होती. संयमानं वागत होती. अकाली प्रौढ झाली होती.

काय अधिकार होता मला, तिचं तारुण्य असं अकाली संपवण्याचा?

मी तिच्याशी लग्न का केलं पण?

डॉक्टरांनी आशा दाखवली. हे डॉक्टरी निदान होतं.

पण मी?

मला समजत होतं. स्वत:चं शरीर स्वत:ला परकं नसतं.

आत्यावर सारा दोष ढकलून, मी निर्दोष ठरू शकत नाही.

मी खोटी समजूत घालून, खोटी आशा बाळगून लग्न का केलं?

मानसीच्या सौंदर्यानं वेडा झालो होतो.

सारं सुंदर ते माझं असावं; हा अहंकारही होता.

पुरुषी अहंकार! जो दाखवण्यासाठी मी वेडा झालो होतो.

आणि-

आणि रितेन दचकला. त्याला आठवलं. मानसीचे फोटो बघून त्या वेळी संतोषही वेडा झाला होता.

या संतोषनंच लहानपणापासून त्याचं सारं सुख, आनंद हिरावून घेतलं होतं.

तो सबनिसांचा नातू, म्हणून घरी सर्वांचाच लाडका. त्याच्यापुढं रितेनला नेहमीच माघार घ्यावी लागली होती. रितेन लग्नाला तयार झाला नसता, तर-तर... संतोषनं मानसीला मागणी घातली असती.

मानसी संतोषची झाली असती.

पुन्हा एकदा संतोषनं मात केली असती.

म्हणून तर आपण घाई केली.

पण शेवटी काय झालं?

जे घडलं ते संतोषमुळेच. पूर्वीही! आतापण!

रितेनच्या कपाळाची शिर तटतटून फुगली होती.

संताप - संताप होत होता.

स्वत:चा, संतोषचा, साऱ्या जगाचा, स्वत:च्या दुर्दैवाचा.

आता मी जे वागतोय, ते तरी खरं की असहायता?

मोठेपणा दाखवून, मानसीला उपकाराच्या ओझ्यात गुंतवायला तर नव्हे?

मी पुरुष आहे हे जगाला दाखवायला तर नव्हे?

की स्वत:चं दुबळेपण झाकण्यासाठी?

वंश वाढण्यासाठी?

छे, त्यासाठी कुणालाही दत्तक घेता आलं असतं.

नाही.

मी हे स्वीकारतो ते माझ्या मानसीवरच्या प्रेमासाठीच.

त्यात उपकार नाहीत. तिला जपणं हा माझा धर्मच आहे मुळी- या विचारावर तो दचकला.

मानसी म्हणते तसं, आधी तिला फसवून, स्वत:लाही फसवून आता मी मोठेपणाची झूल तर पांघरत नाही ना? रितेन दचकला. लहानपणापासूनच, तो असा अबोल, अंतर्मुख बनला होता. जी घटना घडत असे, त्याचे बारकावे छेडून बघण्यातच तो हरवून जात असे.

मग मी हे लग्न केलंच का?

केवळ अंदाजानं, अंधारात वेध न घेता उडी का मारली?

कोणत्या खडकावर मी आपटणार आहे त्याची कल्पना कदाचित मला नसेल - त्या वेळी.

पण ज्या मानसीवर माझं प्रेम आहे, असं मी म्हणतो आहे, तिचा विचार मी का केला नाही?

हे मी का केलं?

ही संस्कारी, संयमी मुलगी! स्वच्छ मनानं जगाकडे बघणारी!

तिनं हे किती धक्के सोसावे?

रितेनचं मन कळवळलं. ज्याच्यावर आपण प्रेम करतो त्याला, दु:ख देऊ नये, त्याला सुखवावं, फुलवावं. एकवेळ स्वत: जळावं पण दुसऱ्या जिवाचं जीवन फुलावं याला जर प्रेम म्हणत असतील, तर मी हे का केलं?

रितेननं मस्तक दोन्ही हातांनी दाबून धरलं.

शेवटी 'प्रारब्ध' हेच त्याचं उत्तर असावं. ही घटना का घडावी? त्याचं उत्तर आज कोण देणार?

रितेननं, कॉटवर शांतपणे झोपलेल्या मानसीकडे बघितलं. त्याचं मन कळवळलं. किती सोसलं या निरागस जीवानं. कशी आर्जवी, संयमी आहे ही! पापपुण्याची जाणीव आहे. चुकीचा समज आहे. तिला जपणं हा माझा धर्म आहे. यात मी स्वत:ची फसगत करून घेत नाही तर चुकीचं परिमार्जन करतोय. माझं मानसीवरचं प्रेम खरं असेल, तर माझ्या मनात किंतू असता कामा नये. येणारं मूल हे या घराचं भूषण आहे, कारण ते माझ्या मानसीचं मूल आहे. माझी मानसी! किती समाधान आहे या दोन शब्दांत. कुणीतरी आपलं आहे ही भावनाच माणसाचं जीवन सबल करून जाते नाही!

रितेननं मानसीच्या अंगावरचं पांघरूण सरळ केलं. केसांवरून ममतेनं हात फिरवला आणि तो शांत झोपून गेला. मनातलं सारं वादळ ओसरून गेलं होतं. सागरलाटा शांतवल्या होत्या. विश्रब्धपणे रितेनला हलकेच झोपेच्या स्वाधीन करत होत्या. चांदण्यांनीही ढगांची झूल पांघरली. सारं वातावरण शांत झालं होतं.

◆

त्यानंतर रितेननं त्याचं सारं लक्ष मानसीवर केंद्रित केलं. तिला हसवणं, रिझवणं यासाठी तो धडपडू लागला. मार्च, एप्रिलचा उन्हाळा सुरू झाला. त्यानं साऱ्या खोलीला वाळ्याचे पडदे लावून घेतले.

"अरे, खोली एअर-कंडिशन्ड आहे ना?" माईंनी कौतुकानं विचारलं. त्यावर रितेन नुसता हसला. कितीतरी वर्षांनी तो असा उत्साही बनला होता. बालपण, विद्यार्थिदशा, लग्न, लग्नानंतरचा रितेन माईंना आठवत होता. सदा कोमेजलेला, उदासवाणा, डोळ्यांतली वेदना लपवणारा, खोटं हसणारा, कारण नसताना त्याला जे मूक दु:ख सोसावं लागत होतं, त्यानं माईंचा जीव कळवळत असे, मनातल्या मनात त्या नणंदेला शिव्यांची लाखोली घालत, देवाला साकडं घालत असत, मानसी-रितेनसाठी देवीला विनवत असत.

आणि आता कुठे आशेचा किरण दिसायला लागला होता. माईंनी जे धाडस केलं होतं, त्याला फळ आलं होतं. कुठेतरी मनात सल टोचायचा, पण तेवढंच.

सारेच आपला स्वार्थ बघतात. शेवटी प्रतिष्ठा डागाळली नव्हती. त्यांची इच्छा पूर्ण झाली होती. रितेननं सारं सावरून घेतलं होतं. त्याची मानसीसाठी चाललेली धडपड बघून, त्यांना कधी त्याची दया येत असे, तर कधी अभिमान वाटत असे. त्याला हसता बघून माई सुखावल्या होत्या.

रितेन रोज सकाळी मानसीला घेऊन फिरायला निघत असे. गावाबाहेर गाडी उभी करून तो तिला फिरायला उतरवत असे. कोवळी सूर्यकिरणं उमलत असत. वसंताची चाहूल देणारी कोकिळा मधेच जागवून जात असे. आंब्याच्या मोहोराचा वास मधूनच घमघमून जात असे. त्या उमलत्या वातावरणात फिरताना रितेनचं मन भरून आलेलं असे. जगातलं जे सुंदर, ते सारं मानसीच्या पोटात वाढणाऱ्या बाळामध्ये उतरावं असं त्याला वाटे. मानसीऐवजी जणू तोच एक वेगळा अनुभव जगत होता.

मानसी मात्र विलक्षण गंभीर झाली होती. रितेनचं वागणं बघून स्तंभित होत होती.

हा असा कसा?

याला राग कसा येत नाही? ती नवलानं विचार करत असे.

हा शरीरानं दुबळा आहे. नियतीचा बळी!

पण-पण मनानं किती विशाल?

नदीचं विशाल पात्र असावं, अशा विशाल मनाचा रितेन!

नदी स्वत: वाहते, सुकते, पण परिसराचं नंदनवन बनवते.

यानं हा संयम मिळवला कुठून?

कधी तिला वाटायचं, हा मला उपकारात तर बांधून ठेवत नाही? पण असा विचार मनात आला की, तिची तिलाच स्वत:ची लाज वाटत असे.

"मनू, तुला पुरुषाचं खरं प्रेम समजलंच नाही." असं रितेन एकदा म्हणाला होता.

खरं प्रेम कसं असतं? क्षमाशील?

सागराचा दाह पोटात साठवून, तप्त भूमीला शांतवणाऱ्या मेघासारखं.

दूर अंतरावरून, पोटात दाह सोसत, धरतीला फुलताना बघून अनेक रंगांनी रंगणारं आकाश म्हणजेच तर प्रेम नव्हे?

ती कायम विचारात हरवलेली असे. हसणं, बोलणं जणू ती विसरूनच गेली होती. तो गर्भ वाढवणं - तोसुद्धा निसर्गनियमानंच वाढत होता. तेदेखील कर्तव्य म्हणून. रितेनच्या प्रेमळ धाकानं! फिरायला गेल्यानंतर रितेन तिला निसर्ग दाखवून

खुलवण्याचा प्रयत्न करत असे. दोघं फार थोडं बोलत असत. मानसी मात्र थिजून गेली होती. आढ्याकडे बघत पडणं इतकंच ती करत होती. न बोलता स्वत:वर सूड उगवत होती.

रितेन तिच्यासाठी छान पुस्तकं आणून देत होता. मातृत्व, बाळाचे आरोग्य यांपासून ते तिच्या आवडत्या लेखकांची सारी पुस्तकं, त्यानं खोलीत रचून ठेवली होती.

तिचा आवडता गजल-गायक पंकज उदास, ज्याचा आवाज ऐकून मानसी आनंदानं मोहरून जात असे, त्याच्या गाण्याच्या अनेक टेप्स त्यानं आणून ठेवल्या. युरोपहून भला मोठा 'अकाई' टेप-डेक त्यानं आणला होता. स्टिरिओज दोन कोपऱ्यांत दिमाखात उभे होते, पण मानसी त्याच्याकडे बघायला तयारच नव्हती.

एके सकाळी, मानसीच्या बेडरूमला लागून जी छोटी खोली होती, त्याची दुरुस्ती सुरू झाली. सुतार त्यांची आयुधं घेऊन, खोली ठाकठीक करण्यात मग्न झाले. तो आवाज ऐकत ती शांतपणे पडून असे. रंगकाम झालं असावं. पलीकडील जिन्यावरून जड सामान वर चढवलं जात असल्याचा आवाज येत होता. रितेनची उत्साहानं धावपळ सुरू होती.

शेवटी आठ-दहा दिवसांनंतर, दोन खोल्यांमधला दरवाजा उघडून रितेन आला. त्याचा चेहरा आनंदानं भरून गेला होता.

"चल मनू, तुला आश्चर्य दाखवतो." तिला उठवत तो म्हणाला.

"कुठे जायचंय? मी बाहेर येणार नाही."

"बाहेर कुठे जायचंच नाही. फक्त दहा पावलं चालायचं, चल." तिच्या हाताला धरून नेत तो म्हणाला. खोलीचा दरवाजा उघडून त्यानं तिला आत नेलं. ते बघून मानसी थक्क झाली. उभ्या जागी तिचे पाय थरथरत होते. भरून आलेल्या डोळ्यांना काहीच दिसेना. ती मट्दिशी खुर्चीवर बसली.

सारी खोली रितेननं बाळाच्या आगमनासाठी सज्ज करून ठेवली होती. भिंतीला नर्सरी-प्रिंटचा वॉल-पेपर लावला होता. खिडक्यांना प्राण्यांच्या प्रिंटचे पातळ पडदे लावले होते. निळ्या रंगाची 'बेबीकॉट' पांढऱ्या जाळीदार, नक्षीच्या मच्छरदाणीचं अवगुंठन घेऊन सजली होती. शेजारीच एक बैठा वॉर्डरोब भिंतीला चिकटून उभा होता. त्याच्यावर नानाविध खेळणी लावून ठेवली होती. रितेननं कपाट उघडलं, छोटे छोटे फ्रॉक्स हँगरवर लटकत होते. नॅपकिन्स, टॉवेल्स, फिडिंग बॉटल सारं नीट रचून ठेवलं होतं.

"इथे या खोलीत आपलं बाळ राहणार. मिस सबनीस की मास्टर सबनीस? ए, बोल ना? आवडली खोली? मला तर इतका आनंद झालाय मनू, शक्य असतं

तर आभाळातल्या साऱ्या चांदण्या आणून, त्यांचं झुंबर या कॉटवर लावलं असतं.''

मानसी बोलायचंच विसरली होती. बेबीकॉटवरच्या भिंतीवर 'मदर मेरी'ची तसबीर लटकत होती. साऱ्या जगातली ममता, कारुण्य तिच्या त्या दोन डोळ्यांत उतरलेलं होतं. मांडीवरच्या छोट्या येशूला ती ममतेनं न्हाऊ घालत होती. मातृत्वाची ती मूर्त प्रतिकृती बघून मानसीचे डोळे वाहत होते. तिच्याही उदरात एक गर्भ वाढत होता, पण तिचं मन मात्र असं संज्ञाहीन बनलं होतं. ना आनंद, ना आतुरता, ना ममता, ना वात्सल्य! हा रितेन पुरुष आहे. सर्व समजूनसुद्धा तो येणाऱ्या बाळजीवाची आईच्या आतुरतेने वाट बघतो आहे, खरं तर फुलायचं मी!

पण हे याचं वागणं तरी खरं असेल का?

की हेपण एक सफाईदार नाटक?

या विचारानं मानसी दचकली. स्वत:लाच तिनं धिक्कारलं. आपलं मन असा उलटा विचारच का करतं? ते तिला समजत नव्हतं. विचारानं ती गुदमरून गेली. एकाएकी चेहरा ओंजळीत लपवून ती रडायला लागली.

''मला इतकं चांगलं वागवू नका हो. मला सोसवत नाही.''

तिच्या केसांवरून मायेनं हात फिरवत रितेन म्हणाला,

''ए वेडे, हे तुझ्यासाठी कुठे आहे? हे तर आपल्या बाळासाठी. आता फक्त तीन महिने उरले. मी इकडे दिवस मोजतोय आणि तू रडतेस? रडू नको मनू, तुझा संयमच यातून आपल्याला बाहेर काढेल, हे मी नेहमी सांगत आलोय. ते विसरू नकोस. चल आपण जाऊ.''

रितेनच्या आधारानं मानसी उठली. हळूहळू चालत आपल्या कॉटवर पडली. रितेननं खिडक्यांचे पडदे ओढले. पंखा सुरू केला आणि टेप सुरू केला.

पंकज गात होता-

''किसको कैसे पत्थर मारू-
कौन पराया हैं
शीश महेल में इक इक चेहरा
अपना लगता हैं।
हम भी पागल हो जायेंगे
ऐसा लगता हैं।''

ते सूर मानसी ऐकत होती.

◆

कालपासून मानसी असह्य वेदनांशी सामना करत होती. सारे प्राण त्या वेदनेत गोळा झाले होते. रितेन, माई, दादासाहेब, आई सारे चिंतातुर झाले होते. डॉ. मल्होत्रा हसून धीर देत होत्या. यातच आपला अंत व्हावा असं मानसीला मनोमन वाटत होतं. पण दैव तिला सोडणार थोडंच होतं? डॉ. मल्होत्रा सारखी इंजेक्शन्स देत होत्या.

"तुम्ही नव्या पिढीच्या मुली अशाच. गरोदरपणात व्यायाम नाही, फिरणं नाही. वाकून काम करणं नाही मग हे असं होतं, अरे, किसान-मजदुरांच्या बायका बघा. शेवटपर्यंत काम करतात, सारं कसं नैसर्गिक! पण तुम्ही लोक सारा बाऊ करता. मग हे सोसावं लागतं." काम करता-करता डॉक्टरांची बडबड सुरू होती.

बाहेर सारे जण बाळमुख बघायला आतुर झाले होते. आणि नेमका तोच क्षण मानसीला नको होता. तो येणारच होता, पण सामोरं जाण्याच्या कल्पनेनं ती खचून जात होती. धैर्य गळून जात होतं. त्यातूनच तिची सारी शक्ती संपून निघाली होती.

मानसीचा सारा चेहरा घामेजून गेला होता. एका असह्य वेदनेनं सारे प्राण व्याकूळ झाले आणि त्याच क्षणी तिला बाळाचं कोवळं रडणं ऐकू आलं. सारं शरीर ढिलं पडलं होतं. तिनं श्रमानं डोळे मिटून घेतले होते. डोळ्यांच्या कडांशी साठलेले अश्रू कोपऱ्यातून बाहेर निसटले होते. लेबर-रूममध्ये धावपळ सुरू होती.

"अभिनंदन! मुलगी झाली. रूपाची खाण आहे."

मुलगी!

आणखी एक अगतिक जीव जन्माला आला होता.

तिच्या कपाळावर कोणता लेख लिहिला होता, देव जाणे.

मानसीला स्ट्रेचरवरून खोलीत नेण्यात आलं. खोलीबाहेर सारे उभे होते, सर्वांचे चेहरे आनंदानं भरले होते. तिला कॉटवर झोपवलं. सारे बाहेर निघून गेले. रितेन आत आला, तिच्या कपाळावर ओठ टेकवत म्हणाला,

"अभिनंदन मनू! मुलगी झाली. अगदी तुझंच रूप! मी तर आनंदानं अगदी वेडा झालोय. नावपण नक्की केलंय मनातून, सांगू? 'रूपा!' तुला आठवतं मधुचंद्राहून परत येताना पाहिलेली, पाचगणीच्या शाळेतली, तुला आवडलेली ती पोर? आपली बेबी तशीच आहे. गोरी, गोबरी! अच्छा, मी जाऊन येतो. आई आहे. दोन आज्या आहेत. विश्रांती घे."

माई, आई आत आल्या. दोघी खूश होत्या. पाळण्यात पांढऱ्या कपड्यांत गुंडाळून ठेवलेला गोळा, मानसीला पडल्या जागेवरून दिसत होता. आई व माई पाळण्याजवळ जाऊन कौतुकानं बघत होत्या.

"हा गालावरचा तीळ ना? ती सबनिसांची वंशखूण आहे हो." माई सांगत होत्या.

मानसी दचकली. तो काळा तीळ! अनंत काळे ठिपके नजरेसमोरून तरंगू लागले. तिनं डोळे घट्ट मिटून घेतले. मुठी आवळल्या. श्वास कोंडतो आहे असं वाटू

लागलं. छातीचं धडधडणं तिलाच जाणवत होतं.

"रितेनच्या आजोबांना अस्साच जन्मतीळ होता. मग तो यांना, रितेनला न येता, नीताच्या घरी गेला. आणि परत या मुलीच्या रूपानं या सबनिसांच्या घरी परत आला. देवीला घातलेलं साकडं ऐकलन् हो. आता सारे नवस फेडीन. गावी जाऊन देवीच्या पायावर बाळाला घालून आणेन. मुलगी तर मुलगी! पण घरात मूल आलं, यात सारं पावलं." माई बोलतच होत्या.

मानसी कष्टानं कुशीवर वळली. भिंतीकडे तोंड फिरवलं. आईंनी मुलीला हातात घेतलं होतं.

"मनू, बाळ बघतेस ना?"

तिनं उत्तर दिलं नाही. "झोपली वाटतं?" असं म्हणत आईंनी मुलीला पाळण्यात ठेवलं. तेपण तिनं ऐकलं.

पण असं टाळून चालणार होतं? रूपा त्या घरात आली होती. वाढत होती. फुलत होती. सारं घर तिच्यासभोवती नाचत होतं. मूक होती, फक्त मानसी!

बारसं, पहिला वाढदिवस, बोरन्हाण सारे सोपस्कार सुरू होते. रूपाचे लाड, कौतुक सारे करत होते, तीपण हक्कानं सारं करून घेत होती. गोरी, गुटगुटीत, निळ्या डोळ्यांची, गोबऱ्या गालांची रूपा बघून कुणीपण वेडावून जात असे. तिला नजर लागू नये, म्हणून देवानंच तो भला काळा तीळ गालावर रेखलाय असं सारे म्हणत.

मानसीला स्वत:चं नवल वाटत होतं. ती आता रूपाची आई होती, पण मनात मातृत्व जागं होत नव्हतं. सारं कसं सुन्न, बधिर झालं होतं. रितेन मात्र रूपात पूर्ण गुरफटला होता. मानसीचं उदास राहणं त्याला समजत होतं, पण न समजल्यासारखं दाखवून तो रूपाच्या लाड-कौतुकात पूर्ण हरवून गेला होता. तोच कशाला? सारं घरच रूपामय झालं होतं. मानसीचं उदासणं, कमी बोलणं, तुटक वागणं या साऱ्यांकडे सगळं घरच अलिप्तपणानं बघत होतं, तिचं अस्तित्व आता जणू कुणाच्याच ध्यानात नव्हतं, मानसीला त्याचीच चीड येत होती. सर्वांनी तिच्यावर एवढा अन्याय केला होता, घोर फसवणूक केली होती, आता मात्र घरचे, दारचे सारे एक झाले होते. तिच्या भावनांचा बळी गेला होता, बळी घेतला होता, पण आज त्याचं सोयरसुतक कुणालाच नव्हतं. शेवटी ती एक स्त्री होती. सून, पत्नी, आई सारी नाती तिनं निमूटपणे पाळायची होती. वंश वाढवणं, घराण्याची प्रतिष्ठा जपणं इतकंच तर तिचं काम होतं आणि ते ती मुकाटपणे पार पाडणार, याची खात्री आता सर्वांना झाली होती. त्यांना रूपा मिळाली होती, सारं झाकून गेलं होतं, आता माई, नीता आणि हो-! रितेनसुद्धा तिचं कौतुक करत नव्हता. तो आता तृप्त होता, रूपामध्ये तो पूर्ण बुडून गेला होता.

मानसीला जगण्याचीच किळस आली होती, संतापानं ती वेडी झाली होती,

अगतिकतेनं थिजून गेली होती. हसणं, बोलणं, रडणं, फुलणं, सारं संपून गेलं होतं. मान टाकून, देठावरच कोमेजून पडलेल्या फुलासारखी ती मलूल झाली होती.

सतत जवळ असणारी, कुशीत झोपणारी, हट्ट करणारी, लाड पुरवून घेणारी रूपा... रूपा.

स्वतःचा बळी जाऊन त्यातून जन्मलेली रूपा.

हे मातृत्व! एका अपघाती, हळव्या क्षणातून जन्मलेलं मातृत्व! ते मातृत्व, ते जीवन, ती रूपा, साऱ्यांचा तिला उबग आला होता. रूपा नजरेसमोर आली, की ती बेचैन व्हायची! गळ्यातला फास आवळला जातो आहे असं वाटायचं. जीवन फेकून द्यावं असं वाटायचं.

रूपा—!

इतकी गोड मुलगी. तिनं जन्म दिलेली, तिच्या उदरात वाढलेली, तिच्यावरच विसंबणारी— मानसीची प्रतिकृती.

पण मानसीच्या मनातला आकस कमी होतच नव्हता-

तो राग ती रूपावर काढत होती.

तिला कधी मायेनं न्हाऊ माखू घातलं नव्हतं.

तिचे काळेभोर, कुरळे केस- कधी त्यांना ममतेनं स्पर्श केला नव्हता.

तिची नाजूक जिवणी, ज्यातून बोबडे बोल उमटत होते...

''आई ऽऽ'' अशी नाजूक साद घालत होते. त्यानं मानसीचं मन कधी गहिवरून गेलं नव्हतं.

किलकिलत्या निळ्या डोळ्यांनी रूपा मानसीकडे बघून हसे; पण त्या डोळ्यांनीसुद्धा कधी मानसीच्या अंतरंगाला जागं केलं नव्हतं आणि गालावरचा तो टपोरा काळा तीळ!

मानसीच्या जीवनाला लागलेला काळा डाग!

फसवणुकीची ती निशाणी.

या साऱ्यांनी बधिरलेली मानसी, रूपाचा स्पर्श झाला तरी शहारून जात होती. तिला दूर दूर ठेवत होती.

रूपाला आता समजत होतं. आईपेक्षा बाबांच्या स्पर्शातलं ममत्व तिला जाणवत होतं. म्हणूनच दिवसेंदिवस ती रितेनला बिलगत होती. मानसीचा थंडपणा, अलिप्तपणा बघून, रितेन रूपावर मायेचा वर्षाव करत होता. त्यामुळेच मानसी आणखीन कुढत होती. आतल्या आत जळत होती.

◆

बाकावर बसलेली मानसी अचानक दचकली. किती वेळ गेला होता कोण जाणे. केव्हापासून ती इथे बसली होती आणि चार तास विचारात कसे संपून गेले, समजलं पण नव्हतं. आयुष्याचा पट केवढा मोठा, न संपणारा, न सोसवणारा! आणि मन त्या पटावरून धावलं होतं आणि भर्रकन? काळ संथपणानं पुढं जात असतो. मन मात्र काळावर मात करून, किती भर्रकन पुढं सरकून जातं?

आपण कुठे बसलो आहोत; तेच आधी तिच्या ध्यानात येईना.

आपण कुठे होतो?

कुठे आलो?

कुठे पोचलो?

कुठे पोचणार आहोत?

या भयानक कोंडीला काही शेवट असणार आहे का?

ती दचकली...

आजूबाजूला पाहिलं. विचार करून मानसी थकली होती. एकटी बसली की ती अशीच अस्वस्थ व्हायची. साऱ्या आठवणी फेर धरून, तिला घेरून टाकत. हतबल करून जात.

दोन्ही हातांनी तिनं मस्तक दाबून धरलं. झाडांची सावली पलीकडे सरकली होती. ऊन जाणवायला लागलं होतं. घंटेचा आवाज ऐकू आला. वर्गांचे दरवाजे उघडल्याचे आवाज येत होते. मोटारींचे आवाज कानांवर येत होते. चर्चच्या पायरीवरून बुटांचे आवाज ऐकू येत होते... एकमेकांना आवाज देत मुलं धावत होती.

मानसी दचकली. आपण कुठे बसलो आहोत; तेच तिच्या लक्षात येत नव्हतं. विचारात हरवून गेलेली मानसी कित्येक वर्षं मागं रेंगाळली होती. आठवणींचा पट समोर उलगडला होता.

''शाळा सुटली वाटतं! रूपा- रूपासाठी आपण इथे बसलो आहोत. ती रडत असेल.''

मानसी चटकन उठली. बागेतल्या बाकावरून उठून ती शाळेकडे जायला निघाली. तेवढ्यात रितेन पायऱ्या उतरून खाली येताना तिला दिसला. त्याच्या खांद्यावर मान टाकून रूपा झोपली होती. मानसीला क्षणभर स्वत:ची लाज वाटली. शेवटी रितेन आधी पोचला होता. मानसी तिथेच बसली होती, पण ती वेळेवर वर्गाकडे पोचू शकली नव्हती. त्याच्या हातातून रूपाला घेत ती म्हणाली,

''झोपली वाटतं?''

रूपाला तिच्याकडे न देता रितेन गाडीकडे निघाला.

''रूपाला ताप भरलाय.'' तुटकपणे तो म्हणाला.

''ताप?''

मानसी दचकली. तिनं रूपाच्या कपाळाला हात लावला. कढत स्पर्श जाणवला. आजपर्यंत ती कधीच आजारी पडली नव्हती. दात येताना, ट्रिपल, पोलिओ देताना कधीच तिनं त्रास दिला नव्हता. आज काय झालं असेल? तिनं रूपाला मांडीवर घेतलं.

''आई- मम्मी गं–''

रूपा तिला बिलगली. तिच्या शरीराचे गरम चटके मानसीच्या शरीराला जाणवत होते. तशी मनातून ती थरकून गेली. रूपा विश्वासानं तिला बिलगली होती. नेहमीच! तिच्या कुशीत जन्म घेताना, त्या घरात वाढताना आणि आज तापानं असहाय होतानासुद्धा! त्या निष्पाप जीवानं नेहमीच मानसीवर विश्वास ठेवला होता.

रूपाच्या अंगावरून हात फिरवत असताना, मानसी मनातून कुठेतरी हादरली. साडीच्या पदरात रूपाला तिनं झाकून घेतलं. रितेननं न बोलता गाडी डॉ. मल्होत्रांच्या हॉस्पिटलकडे वळवली.

तिला तपासून डॉ. मल्होत्रा गंभीर चेहऱ्यानं म्हणाल्या, ''हवेत बदल झालाय. उन्हाळा किती होता या वर्षी? अन् आता ही सर्द हवा. मोठ्या माणसांना पण न सोसणारी आहे. तिला जपलं पाहिजे. टेंपरेचर खूपच वाढलंय. चार दिवस त्रास होणार. कदाचित गोवर, कांजिण्या. आज काही सांगता येत नाही. मी औषध देत आहे. काही वाटलं तर फोन करा. सर्व ठीक होईल.''

''डॉक्टर ताप लवकर उतरेल ना? आजच पहिल्या दिवशी शाळेत पाठवली. तसं वय लहानच आहे तिचं, तीन-चार तास आम्हाला सोडून प्रथमच दूर राहिलीय. शाळेचं वातावरण नवीन. तिनं भीती तर घेतली नसेल ना?'' रितेननं काळजीनं विचारलं.

''शाळेत रडली का फार?'' डॉक्टरांनी विचारलं.

रितेननं मानसीकडे प्रश्नार्थक चेहऱ्यानं बघितलं.

''त्या चार तासांत मी वर्गात गेलेच नाही. मदर म्हणाल्या होत्या, कुणीच जवळपास फिरकायचं नाही. जरूर पडली तर बोलावू.'' मानसी म्हणाली.

''पण तू एकदातरी डोकावून पाहायचंस? कदाचित खूप रडली असेल. यानंच ताप आला असेल.'' रितेन रागानं म्हणाला.

''ओ. नो, मिस्टर सबनीस. सगळीच मुलं रडतात पहिल्या दिवशी! पण सर्वांना ताप येतो थोडाच? माझा मुलगा महेंद्र, पहिल्या दिवशी त्यानं शाळेत जो गोंधळ घातला. माय गॉड! मला तर वाटलं की, हा काही शिकणार नाही; पण आता छान रमलाय. शाळेत रडणं हे काही ताप येण्याचं कारण नव्हे, काळजी करू नका. सगळं ठीक होईल.''

डॉक्टर हसत बोलत होत्या, पण रूपा ग्लानीत होती. ते बघून रितेन कळवळला होता.

त्यानं रूपाला खांद्यावर घेतलं आणि डॉक्टरांचे आभार मानून तो बाहेर पडला.

मानसी पाठीमागून येत आहे, इकडे त्याचं लक्षच नव्हतं.

गाडी बंगल्याच्या पोर्चमध्ये उभी राहिली. त्यांना यायला उशीर झाला होता. सारेच काळजीत उभे होते. रूपा आज पहिल्यांदा शाळेत गेली होती. त्याचं कौतुक सर्वांनाच होतं, पण रूपाला खांद्यावर घेऊन पायऱ्या चढणारा रितेन बघून सारेच घाबरले.

"काय झालं रे? झोपली का?" काळजीनं माईंनी विचारलं.

"तिला ताप भरलाय."

जिना चढून खोलीकडे जात रितेन म्हणाला. सारेच काळजीनं जिना चढू लागले. पाठोपाठ मानसी!

मनातून ती संतापली होती. ती जणू तिथे कुणीच नव्हती. रूपा हीच फक्त त्या कुटुंबाची एक जबाबदारी होती.

रितेननं रूपाला कॉटवर झोपवलं. तिचे कपडे बदलले. मानसी मदतीला गेली तरी त्यानं तिला बाजूला सारून, आपणच औषध चमच्यानं रूपाच्या तोंडात घातलं. कोलन-वॉटरची पट्टी रूपाच्या कपाळावर ठेवून तो बाजूला बसला. पाच पाच मिनिटांनी तो तिच्या गालाला हात लावून बघत होता. जेवणासाठी सर्वांनी आग्रह केला, तरी तो उठला नाही.

एक एक जण खाली निघून गेले. अपमानानं थिजलेली मानसी कॉटच्या कठड्याला टेकून उभी होती. संतापानं तिचं अंग थरथरत होतं. घसा सुकून गेला होता. चेहरा पांढराफटक पडला होता.

"हे काय चालवलंय तुम्ही?"

रितेननं उत्तर दिलं नाही.

"मी रूपाची कुणीच नव्हे?"

"तू खरंच रूपाची आई असतीस, तर या क्षणी स्वतःचा मान-अपमान यांचा विचार न करता तिच्या आजारानं विव्हळ झाली असतीस."

"कुणी सांगितलं, मला काळजी वाटत नाही म्हणून? अहो, ती माझी मुलगी! नऊ महिने मी भार वाहिलाय. मी वेदना सोसल्यात. मनानं आणि शरीरानंही!" बोलताना मानसीचं अंग कापत होतं.

"तो निसर्गाचा भाग होता. पण त्यानंतर जी ममता तुझ्या अंतरंगातून पाझरायला हवी होती, ती कधीच रूपापर्यंत पोचली नाही. तुझ्या अंतरंगातलं मातृत्व कधी जागंच झालं नाही."

"काय आरोप करता? अहो, मी आई आहे तिची!"

"फक्त नात्यानं! मनू, स्वतःचं दुःख कुरवाळण्याची तुला फार सवय झालीय. आम्ही सारे तुझे अपराधी आहोत, या भावनेखाली वावरण्यात तुला सुख वाटतंय.

मी तुला समजून घेतलं, ते उपकाराच्या भावनेनं नव्हे! जे घडलं त्यात दोष द्यायचाच, तर फक्त दैवाला द्यायला हवा, पण तू तो सारा दोष आम्हा सर्वांवर ढकलून मोकळी झालीस. सर्व समजून उमजून मी मात्र वेदना पचवत राहिलो.''

''पण...'' मानसी त्याला थांबवत म्हणाली.

''थांब मानसी, मला आज बोलू दे. कदाचित हे बोलणं शेवटचंच असेल. जर रूपा या आजारातून बरी झालीच नाही तर-तर मी या घरात राहणार नाही. फसवणूक माझीही झालीय. बळी माझाही गेलाय. पायाखालची जमीनच हरवलेली असते. माथ्यावरचं आभाळही ढासळलेलं असतं. जीवन त्रिशंकूसारखं अधांतरी लटकत असतं. तरीपण माणसं जगत असतात. कुठलातरी विश्वास, कोणतीतरी प्रेरणा, कुठलातरी दिलासा, त्यांना जगण्याचं बळ देत असतो. ते बळ या निरागस जीवानं मला दिलं आहे.''

काही वेळ दोघं जण शांत होते. रूपा निपचित पडली होती. आज दिवसभर तिनं पाणीसुद्धा घेतलं नव्हतं. तिन्हीसांज व्हायला आली होती.

माई वर आल्या. रूपावरून त्यांनी मीठमोहऱ्या उतरून टाकल्या.

खोलीत रितेन आणि मानसीच होते. रूपाचा ताप चढत होता, उतरत होता. चेहरा लालबुंद झाला होता. ओठ सुकले होते. तिचं ते रूप बघून मानसीचा धीर सुटला. ती कॉटवर रूपाच्या पायाजवळ बसली. नकळत तिचे डोळे भरून आले.

''मानसी, तुला हे मातृत्व नको होतं, तू तसा प्रयत्नही केला होतास! तिला जगवणं तुला लज्जास्पद वाटत होतं मग... मग आता हे दुःख का? अनायासे परमेश्वर तुझी सुटका करतोय. रडू नकोस. एका परीनं, देवच तुला सोडवतोय ना?'' रितेन खिन्न हसून म्हणाला.

''नका हो असं टोचून बोलू. मी तुटक वागले, कारण मला जगण्याची घृणा आली होती.'' मानसी रूपाच्या पायावर कपाळ टेकून रडू लागली.

''घृणा? या निरागस जीवाची?''

''नाही. स्वतःच्या जगण्याची घृणा!''

''पण त्या जगण्यातच हा निष्पाप जीव भेटला होता. ज्याला बघून मी सावरलो- नव्हे ज्यानं मला सावरलं. मग तुला का सावरता येऊ नये?''

मानसीनं उत्तर दिलं नाही. तेवढ्यात एका ट्रेमध्ये दुधाचे दोन ग्लास घेऊन नोकर आला. ट्रे टेबलावर ठेवून निघून गेला. मानसी उठली. दुधाचा पेला रितेनसमोर धरून ती म्हणाली,

''दूध घ्या, आज सकाळपासून काही घेतलं नाहीत.'' रितेन ओंजळीत तोंड लपवून रडू लागला-

''नको मानसी, आज दिवसभर माझ्या चिमणीनं तोंडात पाणीही घेतलं नाही. डोळे उघडले नाहीत. मी कसं दूध घेणार?''

त्याचं रडणं बघून मानसी स्तंभित झाली. आजवर त्या दोघांच्या जीवनात अनेक वादळं आली होती. जीवन वेदनांनी भरभरून वाहून गेलं होतं, पण रितेन कधी ढासळला नव्हता. कधी रडला नव्हता. उलट संयमानं वागला होता. त्यानं मानसीला सावरलं होतं. मानसी मनातून कळवळली. तिनं ग्लास बाजूला ठेवला. रितेनला मायेनं जवळ घेतलं. तिनं त्याला किती दुखवलं होतं, पण त्यानं सदा प्रेमच केलं होतं. जपलं होतं. आतल्या आत किती सोसलं असेल! मीच त्याला जपायला हवं पण मी... मानसीला हुंदका फुटला. त्याच्या केसांतून ती हलकेच हात फिरवत होती. अनेक दिवसांनी तो आज मानसीच्या मिठीत विसावला होता. त्या स्पर्शानं तो पार ढवळून गेला. या प्रेमाला, या मायेला तो केव्हाच पारखा झाला होता. तो स्पर्श आता रितेन विसरूनही गेला होता. आज अचानक मानसीचा स्नेहमय स्पर्श त्याला झाला होता. केव्हापासूनचं उरी कोंडून धरलेलं दु:ख अचानक डोळ्यांवाटे पाझरत होतं. दोघंही... रडत होते. सोसलेल्या मूक वेदना डोळ्यांवाटे पाझरत होत्या.

मानसीचं साकळलेलं मन त्याच्या स्पर्शातून जरासं जागत होतं. स्वत:ला सावरून तिनं पदरानं रितेनचे डोळे पुसले. दुधाचा ग्लास समोर धरून ती म्हणाली,

''दूध घ्या आणि खरंच थोडं झोपा, मी बसते ना! तसं वाटलंच तर मी उठवेन. उठा बरं.''

रितेन लहान मुलासारखा उठला. दूध घेऊन तो रूपाच्या शेजारीच आडवा झाला आणि लगेच झोपी गेला. मानसीनं त्याच्या अंगावर हलकेच पांघरूण टाकलं. रूपा आणि रितेन दोघं झोपले होते.

बेडलँपच्या निळ्या उजेडात, मानसी रूपाच्या डोकीजवळ पाय पोटाशी घेऊन, कॉटच्या कठड्याला टेकून बसली होती.

◆

खोलीत थंड शांतता भरून गेली होती. मानसी मात्र झोपलेल्या त्या दोघांकडे बघत बसली होती. दोघं निरागसपणे त्या कॉटवर झोपले होते. कुणाच्या तरी विश्वासावर, आधारावर विसावले होते. मानसीच्या मनात विचारांचं मोहोळ उठलं होतं. हा विश्वास कुणावर असतो? सारंच संपून गेलेलं असतं. सारे स्नेहाचे झरे कोरडे झालेले असतात. तरी माणूस जगतोच; तो कशाच्या आधारावर?

'की केवळ अगतिक म्हणून माणूस जगत असतो?

मरण येत नाही म्हणून केवळ माणूस जगत असतो का?

तसं नसावं...

कोणतातरी एक ध्यास, त्यांना जगण्याचं बळ देत असतो.

तो असतो सत्यावरचा विश्वास!

जीवनावर प्रेम करण्याची अटळ श्रद्धा आणि स्वतःचं शुद्ध मन!'

''मनू, तुला स्वतःचं दुःख कुरवाळण्याची फार वाईट सवय झालीये.''

रितेनचे शब्द आठवून मानसी दचकली. साऱ्यांनी अन्याय केला असं समजून, आपण स्वतःची प्रतिमा स्वतःच केवढी मोठी करून घेतली आणि आपलं स्वतःचं जग मात्र छोटं करून घेतलं? जळत, पिचत जगलो. जगण्यातलं सौंदर्यच गमावलं.

हा रितेन, शरीरानं दुबळा, पण मनानं किती मोठा!

या शरीरापलीकडे एक मन असतं. जे सुंदर असतं, बलवान असतं. सत्याचा अंकुर तिथे जीव धरून असतो.

हा रितेन इतकं सहज, सुंदर जगू शकला, कारण तो अंकुर त्याच्या मनात जिवंत आहे.

दैवानं त्याला पराजित केलं. मी त्याची विदारक फसवणूक केली. त्यानं तर पहिल्या दिवशीच सारं स्पष्ट केलं होतं. अपराधी भावना बाळगून, त्यानं सारे सुखाचे झेले माझ्यासमोर अलगद पसरले.

रूपाचा जन्म, त्यानं उमद्या मनानं स्वीकारला. दोष स्वतःवर घेतला. मला हसतं केलं. जगायचं धैर्य दिलं. रूपावर जिवापाड प्रेम केलं. आज तिचं दुःख तो भोगतो आहे. इतकं बळ या दुबळ्या शरीरात आलं कुठून?

ते बळ माणसाला तेव्हाच येतं, जेव्हा त्याचं मन शुद्ध असतं. आत्मविश्वास प्रचंड असतो, तेव्हाच प्रत्येक पाऊल विश्वासानं पडत असतं, दृष्टी स्वच्छ असते. त्यातून विश्वावर प्रेम करण्याची शक्ती लाभत असावी.

मी ते सारं गमावलं, कारण मनावर इतकी जळमटं साठली आहेत की, मी कोणतीही घटना स्वच्छ मनानं बघूच शकत नाही. आत आत असणारा सत्याचा अंकुर पाहू शकत नाही.

जे घडलं, तो दैवाचाच खेळ असावा.

जाणूनबुजून कोण कुणाला, का फसवेल?

फसवलंच असेल, तर दैवानं!

सोसलं असेल तर प्रत्येकानं!

मी या रितेनवर केवढा अन्याय केलाय?

त्याचं सुंदर, पारदर्शी मन कधी समजून घेतलंच नाही.

मानसीचं लक्ष रूपाकडे गेलं. घाम येत होता. औषधाचा परिणाम व्हायला लागला होता.

''मम्मी गं...!''

''ओ... राणी!''

मानसीनं तिला मांडीवर घेतलं. घाम हलकेच टिपला. चमच्यानं, कोरड्या झालेल्या तोंडात पाणी घातलं. तिला बघून मानसीचं मन कळवळलं.

तिचा जन्म हे एक सत्य!

आणि स्वत: रूपा हेपण एक निरागस सत्य!

पण मी?

मी स्वत:च्याच कोशात वागले, या कोवळ्या जीवाला किती कठोरपणानं वागवलं.

''मम्मी, मला नवा फ्रॉक घाल ना!''

''रोज नवे फ्रॉक! नुसती नटवी बाहुली व्हायचंय?''

''मम्मी, बाबांनी आणलेला खाऊ दे ना!''

''घे. गीळ एकदा. जोडीला मलापण संपव.''

''मम्मी फिरायला जाऊ या? चल ना पार्कमध्ये?''

''जा, संतू घेऊन जाईल.''

''मम्मी, सगळ्या मम्मी तिथे येतात. तू चल ना! प्लीज.'' निळे डोळे ओथंबून जात असत.

''कटकट करू नको. जायचं असेल तर जा. संतूबरोबर! मला स्वस्थ पडू दे.''

''मम्मी, माझ्या बर्थ-डेला तू केक कर हं! खूप मोठ्ठा. प्रीतीच्या मम्मीनं, केला होता ना- त्यापेक्षा मोठा कर. करशील ना?''

''हे बघ, मी ऑर्डर दिलीये. विमानाच्या आकाराचा, चांगला मोठा आहे.''

''पण तू स्वत: कर ना!''

''मला वेळ नाही. जा, खेळ जा. त्रास देऊ नकोस.''

मानसीला सारे प्रसंग आसुडासारखे फटकारत होते.

''डॉक्टर, मला हे मूल नको आहे.''

डॉक्टर मल्होत्रांचा चेहरा आश्चर्यानं केवढा भरला होता.

''अहो, मला मदत करा. हे मूल मला नकोय. तुम्ही मदत केलीत, तरच डॉक्टर ऐकतील. त्यानंतर मी निघून जाईन. चुपचाप दूर... एकटी.''

''मनू, काहीही माग; पण कोवळी कळी खुडणं, मला सांगू नकोस. हवं तर मी तुझं लग्न लावून देईन.''

''मानसी, तुला हे मूल नकोच होतं ना? परमेश्वर तुझी अनायासे सुटकाच करतोय. मग दु:ख का?''

एक एक प्रसंग मानसीला फटकारत होता. आठवत होता. तिचं मन विदीर्ण करत होता.

मानसीचं मन, त्या साऱ्या आठवणींनी ढवळून निघत होतं. थिजलेलं मन जागं

होत होतं. त्या प्रचंड कातळाच्या तळाशी एक मातृमन होतं, जे कधी उमललंच नव्हतं. एक वेडी माया होती, जी तिच्या वेड्या विचारांच्या आवर्तात कुठेतरी भिरभिरत होती. तिला निष्ठुर बनवत होती. मन काष्ठवत बनलं होतं पण आज रूपाचं आजारपण बघून ती आतून पाझरत होती. जागी होत होती. जणू प्रचंड हिमखंड, तप्त उन्हानं वितळायला लागला होता. थिजलेल्या बर्फाच्या धारा, नजरेतून बरसायला लागल्या होत्या.

''रूपा... रूपा...''

किती कठोर वागले गं मी?

कधी माया जागी झालीच कशी नाही?

स्वत:वरच फक्त प्रेम केलं मी!

हे 'मी'पण जेव्हा हरवेल, तेव्हाच माणूस सर्वार्थानं दुसऱ्यांवर प्रेम करू शकेल. तेव्हाच जीवनाचं सौंदर्य, माधुर्य त्याला खऱ्या अर्थानं समजतं.

रूपाला हृदयाशी धरून मानसी रडायला लागली.

आता ही जर जीवनातून गेली, तर सारा जन्म कशाच्या आधारावर मी जगणार आहे?

मी आई म्हणून कधी या निरागस जीवावर प्रेम का करू शकले नाही?

पशु-पक्षीसुद्धा आपल्या पिलांना मायेनं वाढवतात. पिलं हरवली, तर मांजरी दिवसभर आक्रोश करत फिरते.

आणि मी?

स्त्री म्हणवते, आई म्हणवते आणि या माझ्या स्वत:च्या मुलीवर प्रेम करता आलं नाही.

''रूपा... रूपा...''

मानसीच्या मनाचा बांध कोसळला होता.

'रितेन! ज्याचं मन आभाळासारखं विशाल आहे, त्यालाही मी परकं लेखलं. दुबळा समजले. स्वत:च्या दु:खाच्या खाईत स्वत:लाच लोटून फसवत राहिले.'

मानसीसमोर सारा पट उलगडत होता. तिला जागवत होता.

''आता मला साऱ्या चुका समजल्या आहेत. या वेळी हे नवीन जीवन, माझं पाखरू हिरावून घेऊ नकोस.''

ती देवाला मनोमन विनवत होती.

खांद्यावर झोपलेली रूपा मानसीला बिलगली होती. त्या स्पर्शातून वात्सल्य जागत होतं. ममता सादवत होती. तक्क्यावर मान टेकवून मानसीनं भिंतीवरच्या मदर मेरीच्या तसबिरीकडे नजर टाकली. या मेरीनं येशूवरच नव्हे, साऱ्या जगावर प्रेम केलं. अपार माया केली. गोठ्यात जन्मलेलं मूल, मायेनं जोपासलं, मानसीनं मदरकडे बघून हात जोडले.

''मदर, आजवर हा मायेचा धागा कुठे गेला होता, समजत नाही; पण आता-

आता साऱ्या संवेदना जागून उठल्या- हवं तर मी क्रूसावर जाईन पण- पण- माझी रूपा- हिच्यावर करुणा कर.''

तक्क्याला मान टेकवून, ती रूपाला गोंजारत होती. तिच्या पाठीवरून मानसीची बोटं मायेनं फिरत होती. त्या बोटांतून वात्सल्य पाझरत होतं. डोळ्यांतून ममता वाहत होती. त्या मायेच्या वर्षावानं, रूपाचा ताप हलकेच उतरत होता. मानसीची मान तक्क्यावर विसावली. रूपाला मिठीत घेऊन पडल्या पडल्या तिला झोप लागली.

खिडकीतून सोनकिरणं आत डोकावली. उघड्या खिडकीतून थंडगार हवा आत आली. त्या गार स्पर्शानं मानसी जागी झाली. ''रूपा.'' ती दचकली. रूपा तिच्या मिठीत नव्हती.

''रूपा-रूपा.''

मानसी शेजारच्या खोलीत धावली. कॉटवर रितेनच्या मांडीवर बसलेली रूपा खुदकन हसली. दोन हात पुढं करून म्हणाली,

''मम्मी, बाऊ पळाला!''

मानसीचे डोळे भरून आले. शेवटी परमेश्वरानं न्याय दिला होता. ती कॉटवर बसली. रूपाला मांडीवर घेऊन, रितेनला बिलगून रडत ती म्हणाली,

''खरंच राणी, बाऊ पळाला, आता या घरात तो कधीच येणार नाही.''

ते ऐकून चमकलेला रितेन मानसीकडे बघून समाधानानं हसला. रूपाच्या गालांची पापी घेणारी मानसी कुणी वेगळीच भासत होती.

भिंतीवरची मदर मेरी त्या तिघांना ममतेनं न्हाऊ घालत होती. तिच्या मांडीवरचा छोटा येशू गोड हसत होता. त्याच्या निरागस हास्यातूनच, घराला लागलेला शाप, उ:शाप बनला होता. सोनकिरणांनी सारं घर उजळून गेलं होतं. खरं मानससरोवर तिथे पसरलं होतं. त्याच्यामध्ये रितेन, मानसी आणि रूपा नव्या विश्वासानं विहरत होते. रितेनच्या खांद्यावर मान विसावून मानसी छोट्या येशूकडे एकटक बघत होती. तिच्या साऱ्या प्रश्नांची उत्तरं यानंतर तोच देणार, हा नवीन विश्वास तिला आता लाभला होता.

◆